लावण्यखाणी काश्मीर

दिलीपराज प्रकाशन प्रा. लि.™

२५१ क, शनिवार पेठ, पुणे - ४११०३०.

दिलीपराज प्रकाशनाची सर्व पुस्तके आता आपण Online खरेदी करू शकता.

आमच्या Website ला कृपया एकदा अवश्य भेट द्या अथवा Email करा.

Email - diliprajprakashan@yahoo.in

www.diliprajprakashan.in

आपला
भारत २

लावण्यखाणी काश्मीर

राजा मंगळवेढेकर

दिलीपराज प्रकाशन प्रा. लि.^{TM}

२५१ क, शनिवार पेठ, पुणे - ४११०३०.

लावण्यखाणी काश्मीर
Lavanyakhani Kashmir

लेखक : राजा मंगळवेढेकर

ISBN : 81 - 7294 - 261 - 3

प्रकाशक । राजीव दत्तात्रय बर्वे । मॅनेजिंग डायरेक्टर ।
दिलीपराज प्रकाशन प्रा. लि. । २५१ क, शनिवार पेठ । पुणे ४११०३०.
दूरध्वनी क्रमांक (फॅक्ससहित)
२४४७१७२३ । २४४८३९९५ । २४४९५३१४

मुद्रक । रेप्रो इंडिया लिमिटेड, मुंबई

सुधारित आधुनिक आवृत्ती । १५ जून २०१५
(मे २०१५ पर्यंतच्या माहितीसह)

प्रकाशन क्रमांक । ९१५

अक्षरजुळणी । सौ. मधुमिता राजीव बर्वे
पितृछाया मुद्रणालय । ९०९, रविवार पेठ । पुणे ४११००२.

मुद्रितशोधन । सुभाष फडके

मुखपृष्ठ । सागर नेने

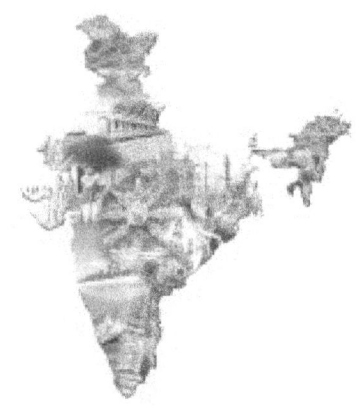

भिन्नतेत या अभिन्न...

भिन्नतेत या अभिन्न आज गाऊ आरती
लक्ष हस्त, लक्ष पाद, हृदय एक भारती
भिन्न वेष, भिन्न भाष, भिन्न धर्मरीती
भिन्न जात, भिन्न पंथ, तरीही एक संस्कृती ।।१।।
भिन्न रंग, भिन्न ढंग, भिन्न भाव-आकृती
भिन्न छंद, भिन्न बंध, आगळी कलाकृती ।
भिन्न वाणी, भिन्न गाणी, अर्थ एक वाहती
भिन्न शौर्य, भिन्न धैर्य, घोष एक गर्जती ।।२।।
भिन्न भवन, भिन्न हवन, भिन्न क्षेत्र मानिती
लहर लहर भिन्न तरी, एक गगन-माती ।
भिन्न तार, ताल तरी, एक मधुर झंकृती
कमलपुष्प हासते पाकळ्यांतुनी किती ।।३।।

राजा मंगळवेढेकर

अनुक्रमणिका

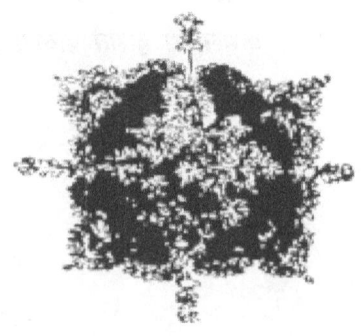

मीर

१. भारताचे नंदनवन

बुलबुल वनन छु पोशन
गुलशन वतन छु सोनुय।
यथ सानि रंग वारे,
फुल पोश वारि वारे।।

- बुलबुल वनात गातो.

हो माझी मातृभूमी म्हणजे एक सुंदर उपवन आहे.

या आमच्या बागेत विविध प्रकारची फुले फुलतात आणि वातावरणात सुगंध पसरवितात.

भारताचे नंदनवन शोभावे असेच लावण्य काश्मीरला लाभलेले आहे! कल्पारंभाचा तो काळ होता. सहा मन्वन्तरे झाली होती. अशा पुरातन काळी हिमाद्रीच्या कुशीमध्ये एक 'सर'-सरोवर होते. त्या सरोवरात स्फटिकवत निर्मल जल विपुल होते. सती पार्वतीचे हे प्रिय स्थल होते. सती येथे मनमुराद नौकाविहार करायची. आनंद लुटायची. सतीच्या सान्निध्याने याचे नाव पडले 'सतीसर' - म्हणजे सतीसरोवर.

सतीसरात एक असुर आपल्या अनुचरांसह निवास करीत असे. तो आजूबाजूच्या नाग लोकांना त्रास देत असे. तो फारच क्रूरकर्मा होता. त्याच्या छळाने लोक अगदी गांजून गेले होते. त्याला मारणे लोकांना कठीण झाले होते. लोकांच्या शक्तीबाहेरचे होते. म्हणून एकदा नागांनी विचार केला आणि ते प्रजापती कश्यप ऋषीला शरण गेले. आपली पीडा त्यांच्या कानी घातली. प्रजापती कश्यप देव आणि दैत्य यांचे पूर्व-पुरुष होते. त्यांनी नागांची प्रार्थना ऐकली आणि द्रुहिण, उपेंद्र व रुद्र यांना आवाहन केले- 'क्रूरकर्मा जलोद्भवाचा संहार करा!'

प्रजापती कश्यपाची प्रार्थना देवांनी ऐकली. द्रहिण, उपेंद्र व रुद्र हे बरोबर सूरसेना घेऊन निघाले. काश्मीर मंडलाच्या नवबंधन क्षेत्री पोहोचले. हरी, शिव आणि ब्रह्मा यांनी तीव्र भिन्न भिन्न पर्वत शिखरांवर आसन मांडले. जलपूर्ण सतीसरोवराचे निरीक्षण केले. त्यांच्या ध्यानी आले की, सतीसर कोरडे केल्याशिवाय, जलविहीन केल्याशिवाय जलोद्‌भव दैत्याचा संहार करणे असंभवनीय आहे.

प्रजापती कश्यपाने देवांच्या सांगण्यावरून वराहमूलम्-बारहमूला-नजीक पर्वतराजीचा भेद केला आणि सतीसरामधल्या पाण्याला वाट करून दिली. सतीसरातील पाणी द्रुतगतीने वाहून गेले. सतीसर जलहीन झाले. जलोद्‌भाव उघडा पडला. सुर आणि असुर सेनेत तुमुल युद्ध सुरू झाले. शिव आणि विष्णु गिरीशिखरांवरून खाली उतरले. त्यांनी जलोद्‌भाव दैत्याचा संहार केला.

सतीसराच्या सुकलेल्या भूमीवर कश्यपाने लोकवस्ती वसविली. कृषीला प्रारंभ करून दिला. त्यांना निर्भय केले!

प्रजापती कश्यपाच्या या कामगिरीवरून सतीसरभूमीला 'काश्यपमीर' म्हणू लागले. 'मीर' म्हणजे पर्वत. कश्यपाने पर्वतराजीचा भेद केलाच होता. काश्यपमीरचेच पुढे 'काश्मीर' झाले. काश्यपाला कश्यपही म्हणतात, म्हणून 'कश्मीर' ही म्हणू लागले.

काश्मीरच्या भूमीत नील नागांची वस्ती झाली. जवळच शिवाचे निवासस्थान होते. सतीने तपस्या केली. तिला पृथ्वीवर आविर्भूत होण्याची इच्छा होती. शिवसान्निध्याची मनीषा होती.

शिवाने त्रिशूळ घेतला. भूमीवर प्रहार केला. 'वितस्ता' सरितेच्या रूपाने सती प्रकट झाली. काश्मीरच्या भूमीला लावण्याचा साज चढवून वाहू लागली. दोन्ही तीर समृद्ध करू लागली. तिचा गौरव वेदांनी गायला. महाभारताने आळवला.

वितस्ता जिथून प्रकट झाली ते स्थान 'नीलकुंड' अथवा 'वेरीनाग' नावाने विख्यात झाले.

वितस्तेलाच पुढे 'झेलम' म्हणू लागले! काश्मीरच्या यक्षभूमीत झेलम सौंदर्याची राणीच बनली!

पौराणिक कालात काश्मीर मंडल 'शारदा पीठ' या संज्ञेने सुविख्यात होते. शारदा क्षेत्र होते. धर्मक्षेत्राप्रमाणेच काश्मीरची भूमी धारातीर्थ म्हणूनही विख्यात आहे. कश्मिरी वीरांच्या पराक्रमगाथा इथल्या मातीच्या कणाकणात रुजलेल्या आहेत. इथल्या गिरी-दरीतून घुमलेल्या आहेत.

भगवान श्रीकृष्णांनी म्हटले आहे, ''काश्मीर ही अशी एक भूमी आहे

की, पुण्यबलानेच तिच्यावर विजयप्राप्ती मिळविता येईल. त्यामुळे तिथल्या वीरांना परचक्राची किंवा शस्त्रधारींची भीती मुळीच वाटत नाही.''

काश्मीरचा महाकवी कल्हण याला काश्मीरची भूमी किती प्रिय होती! तो म्हणतो-

त्रिलोक्यां रत्नसूः श्लाघ्या
तस्यां धनपतेर्हरित।
यत्र गौरीगुरुः शैलो
यत्तस्मिन्नपि मण्डलम।।

- त्रैलोक्यात पृथ्वी श्लाघ्य, पृथ्वीवर उत्तर दिशा प्रशंसनीय, उत्तरेतही गौरीपिता हिमाचल प्रशंसनीय आणि त्यातही काश्मीर मंडल प्रशंसनीय होय.

काश्मिरी लावण्याची भूल भल्याभल्यांना पडली. ते मुग्ध, मोहित झाले. युरोपीय प्रवाशांनी गौरवोद्गार काढले. सर फ्रांसिस यंग म्हणाला, ''काश्मीर म्हणजे आशियातील स्वित्झर्लंड आहे.'' ब्रुसवाई उद्गारल्या, ''काश्मिरी पर्वत तेवढेच सुंदर आहेत, जेवढे स्वित्झर्लंडमधील आल्पस् पर्वत आहेत!''

ई. एफ. नाइट लिहितो, 'श्रीनगर म्हणजे आशियातील 'वेल्स' होय!'

शोली रहामी म्हणतो, ''श्रीनगर म्हणजे भारतीय नगरांचा 'सिरताज' मुकुटमणी आहे. हे पूर्वेचे 'व्हेनिस' आहे!''

काश्मीरच्या सौंदर्यभूमीने जहांगीर बादशहाला एवढे मंत्रमुग्ध केले की, तो उद्गारला,

'गर फिरदौस बर-रूए जमीं अस्त।
हमीं अस्त, हमीं अस्त, हमीं अस्त।।'

- पृथ्वीवर जर कुठे स्वर्ग असेल, तर तो इथे काश्मीरमध्ये आहे!

इथली हिरवीगार मैदाने, उंचच उंच हिमाच्छादित गिरीशिखरे, विस्तीर्ण सरोवरे, कलरव करत वाहणाऱ्या नद्या, खळाळणारे निर्झर, देवदार, बलोत, चिनार कीकर, चील, सफेदा आदी अतीव देखणे वृक्ष; सेब-सफरचंद, नाशपाती, अखरोट, गीलास, शहतूत, आडू, शफतालू, जरदालू, खुबानी बदाम, अनार, अंगूर, चेरी यांनी लहडलेली फळझाडे, गुलाब, सोसन, नरगिस, इश्कपेंचा, लाजवंती, नागदवणा, ऑफी, इरिस आदी विविध रंगांची आणि गंधांची लयलूट करणारी फुलझाडे, वृक्षलतांच्या हरित शाखांवरून नानाविध मंजूळ ध्वनींनी कुलकुल करणारे नाना तऱ्हेचे रंगीबिरंगी, सुंदर, मोहक पक्षी यांनी काश्मीरला शोभिवंत केले आहे. कवी गातो -

यह मेरा काश्मीर, की जिसकी धरती स्वर्ग समान।
गहरे, गहरे खड्ड निराले, उंची पर्वतमाला
हर चट्टान बोलनेवाली हर कोना हरियाला,
इस जादू से भरे मुल्क पर, है दुनियां कुर्बान,
यह मेरा कश्मीर, की जिसकी धरती स्वर्ग समान!

सृष्टीने येथे भरभरून दिले आहे. उधळले आहे.
शायर म्हणतो -
जर्रा जर्रा है मेरे कश्मीर का मेहमा नवाज,
राह मे पत्थर के टुकडोंने दिया पानी मुझे।

काश्मीरचा उल्लेख अनेक संस्कृत ग्रंथांत आढळतो. 'शक्तिसंगमतंत्र' नामक ग्रंथात काश्मीरची व्याप्ती पुढीलप्रमाणे दिली आहे -

शारदामठमारभ्य कुङ्कुमाद्रितटान्तकम।
तावत्काश्मीरदेशः स्यांत् पञ्चाशद्योजनात्मकः।।

- शारदा मठापासून केशराच्या पर्वतापर्यंत पन्नास योजने - (एक योजन म्हणजे चार मैल)- विस्तृत असलेला प्रदेश तो काश्मीर देश होय.

महाभारतात 'काश्मीर मंडळ' असा याचा उल्लेख केलेला आढळतो. 'बृहत्संहिता, 'नीलमतपुराण', 'राजतरंगिणी' या प्राचीन ग्रंथांतून काश्मीरविषयी बरीच ऐतिहासिक माहिती मिळते.

काश्मीरच्या उल्लेखाबरोबरच 'जम्मू'चाही उल्लेख होतो. जम्मू-काश्मीरचे नातेगोते तसे निकटचे आहेच. भारताच्या संघराज्यातील एक राज्य म्हणजे 'जे. अँड के.' - जम्मू आणि काश्मीर.

काश्मीर भारतवर्षाच्या थेट उत्तर सीमेवर आहे. राजकीय व लष्करीदृष्ट्याही काश्मीरचे स्थान महत्त्वपूर्ण आहे. हिमालयाच्या पहाडांनी हे राज्य घेरलेले आहे. या परकोट-किल्ल्यातून जाण्या-येण्यासाठी उत्तरेकडेच अवघे एक 'गिलगित' नामक द्वार आहे. पूर्वेकडे असा प्रवेश नसून पहाडी तटबंदी भक्कम आहे. दक्षिणेकडील पश्चिम भागात मात्र दोन द्वारे होती. परंतु १५ ऑगस्ट १९४७ नंतर पाकिस्तानने ती बंद केली. कारण हे दोन्ही मार्ग पाकिस्तानी भूमीतून जात होते. हे मार्ग बंद झाल्यावर या तटबंदीतून एक नवीन द्वार उघडण्यात आले, त्याद्वारेच काश्मीरचा नवभारताशी संयोग झाला.

काश्मीरची चतुःसीमा अशाप्रकारे आहे - या राज्याच्या दक्षिणेला

हौऊसबोट

पूर्व पंजाब, हिमाचल आणि पश्चिम पंजाब - म्हणजेच पाकिस्तानचा शेजार आहे, तर पश्चिमेला उत्तर-पश्चिमी सीमा प्रांत, पाकिस्तान व अफगणिस्तान यांची जवळीक आहे. उत्तरेस उंच पहाडी पामीरचा प्रदेश, रूसी तुर्कस्थान, चिनी तुर्कस्थान सिकियांग आणि पूर्वेला तिबेटचे पठार यांचे सान्निध्य आहे. म्हणजेच रशिया, चीन, अफगणिस्थान, पाकिस्तान आणि तिबेट या परदेशांच्या सरहद्दी काश्मीरला भिडलेल्या आहेत. संपूर्ण सीमेची लांबी सुमारे १, ५०० मैल असून त्यात ४५० मैल चीन, ५० मैल अफगणिस्थान, ३५० मैल पाकिस्तान, ३५० मैल तिबेट व काही मैल रशिया व २५० मैल पंजाब व हिमाचल प्रदेश अशी सीमा आहे.

जम्मू व काश्मीर हे भारताच्या उत्तरेकडील अगदी कडेचे राज्य असून याचा विस्तार ग्रेट ब्रिटनपेक्षा थोडा लहान आहे. या राज्याचे क्षेत्रफळ २,२२,२३६ चौ. कि. मी. + ७८, ११४ चौ. कि. मी. (पाकने बळकावलेले) + ५,१८० चौ. कि. मी. (पाकने बळकावून चीनला दिलेले) + ३७, ५५५ चौ. कि. मी. (चीनने बळकावलेले).

३२.१० ते ३६.५८ अक्षांश व ७३.२६ ते ८५.३ रेखांशामध्ये हे राज्य पसरलेले आहे. या राज्याची पूर्व-पश्चिम लांबी ३५० मैल व दक्षिणोत्तर रुंदी २८५ मैल आहे. परंतु एवढ्या विस्तीर्ण क्षेत्रफळातील भूमीचा अधिकांश भाग पहाडी आहे. पहाडी, बंजर व जंगल यांनी व्यापलेल्या प्रदेशात लोकवस्ती

नाही. जम्मू-काश्मीर राज्याची लोकसंख्या १, २५, ४१, ३०२ इतकी आहे.

राजकीयदृष्ट्या या राज्याचे तीन भाग पडतात- जम्मू, लडाख आणि काश्मीर खोरे.

श्रीनगर व जम्मू ही राज्यातील दोन मुख्य शहरे असून उन्हाळ्यात राज्याची राजधानी श्रीनगर येथे तर हिवाळ्यात जम्मू येथे असते.

प्राकृतिकदृष्ट्या राज्याचे चार भाग पडतात- (१) दक्षिणेकडील मैदानी प्रदेश, (२) पहाडी भाग, (३) हिमालयीन प्रदेश व (४) हिमालय पर्वताच्या पलीकडील प्रदेश.

दक्षिणेकडील मैदानी प्रदेश - हा पंजाब व काश्मीर राज्याच्या पहाडी भागाच्या मध्यात आहे. हा मैदानी प्रदेश समुद्र सपाटीपासून सुमारे एक हजार फूट उंचीवर आहे. रावी व उज्झ या नद्या या प्रदेशातून वाहतात. चिनाब व रावी नदीचा मैदानी भाग ७० मैलपर्यंत पसरलेला आहे. मनावरतवी नदीदेखील या भागातून वाहते. या सर्व प्रदेशाचे क्षेत्रफळ २, ६०९ चौरस मैल आहे. यात जम्मू, कठुआ, जैसलमीरगड व अखनूर, भिम्भरमधील प्रसिद्ध नगरे आहेत. राज्यातील अधिक लोकवस्तीचा हाच भाग आहे. राज्याच्या लोकसंख्येपैकी पाचवा हिस्सा लोकसंख्या येथे आहे.

पहाडी भाग - हिमालय पर्वताची दक्षिण शाखा पीरपंजाल व स्थल भाग यामधील भागात आहे. उंच उंच पहाडांनी पूर्व-पश्चिम पसरलेला आहे. यात काही पहाड दहा हजार फूट तर काही पाच हजार फूट उंच आहेत. या भागातील दक्षिण विभागात साम्बा, रामनगर, ऊधमपूर, राजोरी, नोशहरा व उत्तर विभागात किश्तवाड, भद्रवाह, कुदबटोट, बान्हाल, रियासी, पूंछ, कोटली व मीरपूर ही नगरे येतात. या भागाचे क्षेत्रफळ ९, ७६९ चौरस मैल आहे.

हिमालयीन भाग - हा हिमालयाच्या काही शाखांमधून विभागलेला आहे. त्यापैकी काही शाखा दहा हजार फुटापासून पंधरा हजार फुटापर्यंत उंच आहेत. हिमालयाची दक्षिण शाखा, म्हणजेच पीरपंजाल पार करून पुढे गेले म्हणजे काश्मीरचे देखणे खोरे दृष्टीस पडते. हा विभाग दाट लोकवस्तीचा व सुपीक आहे. याची लांबी ८४ मैल असून रुंदी २५ मैल आहे. हा भाग म्हणजेच अस्सल काश्मीर होय! या भागातून झेलम, किशनगंगा व नालासिंध या नद्या वाहतात. या भागाची समुद्रसपाटीपासूनची उंची पाच हजार फूट आहे. क्षेत्रफळ ८५३९ चौरस मैल आहे.

हिमालयाच्या पलीकडील भाग : हा हिमालयाच्या शाखा, काराकोरम

पर्वत हिन्दुकुश पर्वतांच्या मध्यात आहे. हा प्रदेश लद्दाख व गिलगिट या दोन भागात विभागलेला आहे. लद्दाख उत्तर भागात असून त्याची उंची दहा हजार ते बावीस हजार फुटापर्यंत आहे. काही भाग तर बावीस हजार फुटांहूनही अधिक उंच आहे. सर्वत्र बंजर असून बर्फाच्छादितच हा भाग असतो. या भागातूनच सिंधू नदी वाहते. लष्करीदृष्ट्या हा भाग फार महत्त्वाचा मानला जातो. ब्रिटिश राजवटीच्या वेळी काश्मीर हे एक संस्थान होते. गिलगिटचे लष्करी महत्त्व लक्षात घेऊन काश्मीर संस्थानने हे ठाणे १९३५ साली ब्रिटिशांच्या हवाली केले होते. परंतु १९४७ साली स्वातंत्र्यापूर्वीच १ ऑगस्ट १९४७ रोजी ब्रिटिशांनी ते परत काश्मीर संस्थानला दिले होते. गिलगिटवरून जाणारा रस्ता हाच केवळ भारतातून तुर्कस्थान आदी देशाला जाणारा रस्ता आहे. येथेच रशिया, चीन व तिबेट या तीन देशांच्या सरहद्दी मिळतात.

या सीमांत भागातच २६, ६६० फूट उंचीचा नंगा पर्वत आहे. कांचनगंगा अथवा माऊंट गॉडविन ऑस्टिन हे शिखर कारकोरम पर्वतावर असून त्याची उंची २८, ५०० फूट आहे. उंची, निसर्गरम्यता व भव्यता यांच्या दृष्टीने गौरीशंकर या हिमालयाच्या शिखराच्या खालोखाल या शिखराचा क्रमांक लागतो.

या पर्वतांशिवाय पुढीच उंचच उंच पहाडांनी काश्मीरला घेरलेले आहे. हारामोश-उंची २४,२७० फूट, ननकुन-२४,००० फूट, नवरा-२४,००० फूट, माऊंट हरमुख-१६०० फूट, टाटाकुटी-१६०० फूट, महादेव १५,००० फूट व अफरवट-४,५०० फूट.

पर्वताप्रमाणेच काश्मीरमध्ये कित्येक दऱ्या आहेत. दर्रा जोजीला हिमालयातील सर्वात खोल अशी दरी आहे. सोनमर्ग दरीजवळच वरून लदाख, बलुचिस्तान व गिलगिट हे रस्ते काश्मीरला मध्य आशियाशी जोडतात. अम्बाला, बोरहाट, मॉरगन, सिन्थन व नागबल आदी प्रसिद्ध दऱ्या आहेत. बनिहालच्या प्रसिद्ध दरीमुळेच जम्मू व काश्मीर एकमेकांशी जोडले जातात.

पहाडी हिरवळीची ठिकाणेही काश्मीरमध्ये बरीच आहेत. त्यांना 'मर्ग' म्हणतात. वुलर तलावाच्या माथ्यावरील नागमर्ग, जोजीला दरीच्या माथ्यावरील सोनमर्ग, तसेच गुलमर्ग, खिलनमर्ग, तांशा मैदान ही ठिकाणे सुंदर हिरवळीची लावण्यस्थाने म्हणून प्रसिद्ध आहेत.

काश्मीर राज्यात जंगलांना तोटा नाही. मैदानी व पहाडी जंगले आहेत. त्यापासून लाकूड व अन्य उत्पादन पुष्कळ मिळते. वाघ, चित्ता, काळवीट, हरीण, माकडे इत्यादी पशू जंगलातून आहेत.

काश्मीरची हवा आरोग्यदायी आहे. मैदानी प्रदेश उन्हाळ्यात अधिक उष्ण असतो. तथापि, हिमालय पर्वताच्या मध्यातील प्रदेश समशीतोष्ण आहे. काश्मीर खोऱ्यातील ऋतू प्रसन्न व 'बडा सुहावना' असतो. त्यामुळेच तर प्रवाशांची रीघ त्यावेळी काश्मीर घाटीकडे लागलेली असते.

थंडीच्या दिवसांत मात्र गारठा फार असतो. हिमालयापलीकडील प्रदेशात बाराही महिने कडक थंडी असते. सर्वत्र बर्फ पडलेले असते. काश्मीरचे वार्षिक पर्जन्यमान सरासरी २७ इंचापेक्षा जास्त नसते आणि एवढा पाऊस सबंध वर्षातून अधूनमधून पडत असतो. त्यामुळे एकसारखा लागून राहणाऱ्या पावसापासून प्रवाशांना त्रास होत नाही. जम्मू प्रदेशात वार्षिक सरासरी ४५ इंच पाऊस पडतो. पूंछ भागात सुमारे ६० इंच पाऊस पडतो.

हिमालयीन मध्य प्रदेशात व दक्षिण पहाडी भागात थंडीच्या दिवसांत बर्फ पडतो. हिमवृष्टीने रस्ते, घरांची झपरे, झाडे, टेकड्या, डोंगर पांढरे चकचकीत होतात.

हिमालयापलीकडील प्रदेशात सिंधू - नदी वाहते. तिबेटमधील मानसरोवरापासून उगम पावून ती ८०० मैलपर्यंत हिमालयातूनच उत्तर-पश्चिम दिशेकडे वाहते आणि नंतर गिलगिट जवळ दक्षिण-पश्चिम दिशेला वळून पंजाबमध्ये प्रवेश करते. सिंधूनदीच्या अनेक शाखा असून त्यात गिलगिट, हुनूजा, शेषक, अस्टोट व जनूस्कार ह्या विशेष प्रसिद्ध आहेत.

हिमालयाच्या मध्यभागातून झेलम नदी वाहते. ती वेरीनाग जवळ उगम पावून काश्मीर घाटीला जलसिंचन करून मुजफ्फराबादजवळ दक्षिणेकडे वळून पंजाबमध्ये प्रवेश करते. झेलमच्याही पुष्कळ शाखा-उपनद्या-असून त्यात लिदर, वार्डवन, नालासिंध, किशनगंगा ह्या विशेष प्रसिद्ध आहेत.

मैदानी प्रदेशातून उज्झ, तवी व मनावरतवी ह्या नद्या वाहतात. तवी नदी जम्मू जवळूनच वाहते. नद्या - तलावातून मासे पुष्कळ मिळतात. 'ट्राउट' नावाची खास मछली मिळते.

काश्मीरमध्ये कितीतरी सरोवरे आहेत. त्यांचे पाणी निर्मळ, स्वच्छ व गोड आहे. वूलर, दल, आनचार, मानसबल, गंगाबल, शेषनाग, कोन्सरनाग, तारसर व मारसर ही प्रसिद्ध व मोठी सरोवरे आहेत. त्यातही वूलर सरोवर हे आशियातील सर्वात विस्तीर्ण असे मधूर पाण्याचे सरोवर आहे. दल सरोवर देखणे, प्रसन्न आहे. मोगलांचे प्रसिद्ध बगीचे दलच्या काठीच आहेत. कमल-फुलांची रेलचेल इथे आहे. प्रवाशांचे नौकाविहाराचे हे आवडते सरोवर आहे. हौस बोटी व शिकारे यांनी हे गजबजलेले आहे.

शेतीला उपयुक्त अशी जमीन या राज्यात कमी आहे. त्या जमिनीत भात, गहू, मका, बाजरी, डाळी, तेलबिया, तंबाखू, कापूस, केशर ही पिके होतात. फळे तर पुष्कळच होतात.

मार्च महिन्याच्या मध्यास ऋतुराज वसंताचे आगमन होते. थंडीत पांघरलेली हिमाची धवल चादर टाकून दऱ्याखोरी, पर्वतशिखरे ताजीतवानी बनून उठू लागतात हरितृणांचे हिरवेगार वस्त्र परिधान करतात. एप्रिल-मेमध्ये नानारंगी फुलांना बहर येतो. मोहरलेले वृक्ष, डवरलेली झुडपे, पल्लवित लता या सर्वांनी काश्मीरची यक्षभूमी अतीव शोभिवंत बनते.

या प्रदेशातील लोकसंख्येचे धर्मनिहाय वितरण, तसेच साक्षरता, स्त्री-पुरुष गुणोत्तर वगैरे तपशील पुढील कोष्टकात दिला आहे.

लोकसंख्या	मुस्लिम %	हिंदू%	शीख%	बौद्ध व अन्य%
१,०१, ४३, ७००	६७,१३,२४०	३०,०५,३४९	७२,३५५	२७२, ७५६
२००१ च्या जनगणनेनुसार	६६.९७	२९.६३	२.०३	१.३६

जिल्हा	लोकसंख्या	जिल्हा	लोकसंख्या
जम्मू	१५,२९,९५८	कुलगाम	४,२४,४८३
श्रीनगर	१२,३६,८२९	दोडा	४,०९,९३६
अनंतनाग	१०,७८,६९२	बंडीपोरा	३,९२,२३२
बारामुल्ला	१०,०८,०३९	सांबा	३,१८,८९८
कुपवारा	८,७०,३५४	रिआसी	३,१४,६६७
बडगाम	७,५३,७४५	गँडेरबाल	२,९७,४४६
राजौरी	६,४२,४१५	रामबन	२,८३,७१३

कथुवा	६,१६,४३५	शुपियाँ	२,६६,२१५
पुलवामा	५,६०,४४०	किश्तवर	२,३०,६९६
उधमपूर	५,५४,९८५	कारगिल	१,४०,८०२
पूँछ	४,७६,८३५	लेह	१,३३,४८७
एकूण लोकसंख्या	**स्त्री : पुरुष गुणोत्तर**	**साक्षरता**	**शहरी : ग्रामीण गुणोत्तर**
१,२५,४१,३०२	**८८८/१०००**	**६७.१६%**	**३८/७२**
एकूण क्षेत्रफळ	**जंगले**	**सिंचनाखालचे**	**७३ शहरे**
२,२२,२३६ कि. मी.^{२}	**२०,२३० कि. मी^{२}**	**३९८हजार हेक्टर**	**६४१७ खेडी**

एक लाखावर लोकवस्ती असलेली शहरे तीन आहेत.

(१) श्रीनगर १२, ७३, ३१२ (२) जम्मू ६५१, ८२६ (३) अनंतनाग १५८, ८७५. या राज्याच्या विधानसभेत ८७ आमदार तर विधानपरिषदेत ३६ आमदार असतात. जम्मू आणि काश्मीर राज्यातून लोकसभेच्या ६ तर राज्यसभेच्या ४ जागा आहेत.

१९४७ साली भारत स्वतंत्र झाल्यानंतर काश्मीरवर पाकिस्तानी हल्लेखोरांनी हल्ला केला. त्या वेळी काश्मीर संस्थान भारतीय संघराज्यात विलीन करण्यात आले. तेव्हापासून ते भारताचा एक भाग, एक राज्य म्हणून अस्तित्वात आहे. हल्लेखोरांनी बळकावलेला काही प्रदेश मात्र 'आझाद काश्मीर' नावाने पाकिस्तानच्या अमलाखाली आहे.

असा हा भारताचा लावण्यकीर्ती-कलश काश्मीर!

★★

२. साक्षी इतिहास

काश्मीरला फार प्राचीन इतिहास लाभलेला आहे आणि कल्हण कवीने तो 'राजतरंगिणी' नामक ग्रंथात लिहूनही ठेवलेला आहे.

कवी कल्हण हा बाराव्या शतकात होऊन गेला. हा पंडितही होता. त्याने प्राचीन काळापासून ते इ. स. ११४८ पर्यंतचा इतिहास 'राजतरंगिणी' ग्रंथात पद्यरूपात दिला आहे.

प्राचीन काळ

प्राचीन काळी काश्मीरवर भिन्न भिन्न राजवंशांनी राज्य केले आहे.

इसवी सनापूर्वी तीन हजार वर्षांचा इतिहास सांगतो की, त्या वेळी काश्मीरवर हिंदूंचे राज्य होते. गोनन्द प्रथम हा इ. स. १२१ मध्ये काश्मीरचा राजा झाला. त्या काळी मगध देशावर जरासंधाची राजवट चालू होती. गोनन्द हा जरासंधाचा नातलग होता. जरासंधाला दोन मुली होत्या. 'अस्ति' व 'प्राप्ति', मथुरेचा राजा कंस ह्याला जरासंधाने आपल्या या मुली दिलेल्या होत्या. श्रीकृष्णाने कंसवध केल्यावर त्याचा सूड घेण्याच्या उद्देशाने जरासंधाने मथुरेवर आक्रमण करण्याची योजना आखली. त्यासाठी त्याने कंसाच्या व आपल्या सर्व संबंधितांना श्रीकृष्णाविरुद्ध लढण्यासाठी निमंत्रित केले. मथुरेच्या रक्षणासाठी श्रीकृष्णाची यादव सेनाही सज्ज झाली.

जरासंधाच्या रण-निमंत्रणानुसार काश्मिरेन्द्र राजा गोनन्द काश्मिरी सेना घेऊन मथुरेला आला. विविध देशांचे राजेही आले होते. त्यांनी मथुरेला वेढाच दिला होता. गोनन्दने मथुरेच्या पश्चिम आघाडीवर तळ ठोकला होता. लवकरच तुमुल युद्धाला प्रारंभ झाला. यादव सेना व काश्मिरी सेना एकमेकांवर तुटून पडल्या. काश्मिरी वीरांनी रणकौशल्य प्रकट केले. यादवांची सेना भयभीत झाली. ती पळू लागली. हे दृश्य दक्षिण आघाडीवर लढत असलेल्या बळभद्राने

पाहिले. त्याने आपले लाङ्गल अस्त्र म्हणजे नांगर घेतला आणि तो तिकडे धावला. क्रुद्ध बलराम व गोनन्द यांच्यातच युद्ध संपले. या वेळी हलायुद्ध बलरामाने गोनन्दाला यमसदनाला धाडले. यादवांनी काश्मिरी सेनेची दाणादाण उडवून दिली. जरासंधाचा पराभव झाला.

या घटनेविषयी नीलमत पुराणात म्हटले आहे की, "नील मुनींनी घालून दिलेल्या शासन-आदर्शाचे पालन नोनन्द राजाने केले नाही, त्यामुळेच बलभद्राकडून त्याला अकाल मृत्यू पत्करावा लागला."

गोनन्दाच्या पश्चात दामोदर-प्रथम हा राज्यावर बसला. पित्याच्या वधाचा सूड घेण्यासाठी त्याने आपले सैन्यबल वाढवले. श्रीकृष्णाचा वध करून त्याला हा सूड उगवायचा होता. तेवढ्यात एक संधीही उपलब्ध झाली. सिंधु तटावर गांधार कन्येचे स्वयंवर घोषित झाले होते. भारतातील विविध राजे-महाराजे स्वयंवरासाठी निमंत्रित केलेले होते. श्रीकृष्ण व त्याची यादव सेना यांचा संहार करण्याच्या उद्देशानेच दामोदर राजा गेला. स्वयंवराचे ठिकाणी रणांगण झाले. श्रीकृष्णाने सुदर्शन चक्र सोडून दामोदर राजाला ठार केले.

दामोदर मृत्युमुखी पडला त्या वेळी त्याची राणी यशोवती गरोदर होती. ती रणभूमीजवळ युद्धशिबिरातच होती. प्राचीन काळी काश्मिरी स्त्रियांही रणभूमीवर जात असत आणि प्रसंगी शूर पतीला रणांगणावर साथही देत असत.

श्रीकृष्णाला यशोवतीची वार्ता कळली तेव्हा त्याने तिला एक गौरवशाली देशाची गौरवशाली राणी म्हणून राजकीय सन्मानपूर्वक निमंत्रित केले. आपल्या मंत्रिपरिषदेशी चर्चा केली आणि यशोवतीला राज्याभिषेक करण्याचा निर्णय केला. मंत्रिपरिषदेला हा निर्णय विपरीत वाटला. पराजिताशी असे वर्तन? त्यातून स्त्रीशी? आणि पुन्हा विधवेला राज्याभिषेक?...

श्रीकृष्णाने सांगितले, 'स्त्री झाली तरी ती माता आहे. तिच्या उदरात एका शिशूचा गर्भ वाढत आहे. यशोवती राजामाता आहे. माता सदैव शुभ असते. मातृत्वाचे हरण वैधव्य करू शकत नाही. वैधव्य मानवाला अमानव करू शकत नाही. स्त्री होणे हा काही अपराध नाही. काश्मीरचे राजसिंहासन रिक्त राहता कामा नये कारण पुराण वचन आहे की,

काश्मीराः पार्वती तत्र राजाज्ञेयः शिवांशजः
नांऽवज्ञेयः स दुष्टोऽपि विदुषा भूतिमिच्छिता।।

- काश्मीरची भूमी पार्वतीस्वरूप आहे. तेथील राजा हा शिवाचा अंश आहे. तो दुष्ट असला तरी विदुषीजनांच्यादृष्टीने अवज्ञेला पात्र नाही.

अवन्तीपूर येथील भग्न शिल्प

यशोवतीला राज्याभिषेक करण्यात आला. भारताच्या विधि-संहितेमध्ये एक नवीन परंपरा सुरू झाली.

यशोवतीला पुत्र झाला. त्याचे नावही गोनन्द ठेवण्यात आले. बाल गोनन्द-द्वितीय काश्मीरच्या सिंहासनावर बसला. यशोवतीने मंत्रीपरिषदेच्या सहकार्याने राज्यकारभार केला.

गोनन्द-द्वितीय याच्यानंतर काश्मीरच्या राजसिंहासनावर पस्तीस राजे झाले, पण त्यांच्याविषयीची माहिती उपलब्ध नाही. विस्मृतीच्या सागरात ती लुप्त होऊन गेली आहे.

कालांतराने लव नामक राजा गादीवर आला. लेदरी येथे याने अग्रहार बांधला.

लवानंतर त्याचा पुत्र कुश राजा झाला. त्याने कुरुहार येथील अग्रहार दान केला. काश्मीर मंडळातील एक यशस्वी राजा म्हणून याचा उल्लेख होतो.

कुश राजानंतर त्याचा पुत्र खगेन्द्र राजा झाला. हा शौर्यशाली, जननेता होता. खोनमुष व खागी येथे याने अग्रहार बांधले.

खगेन्द्रानंतर त्याचा पुत्र सुरेन्द्र राजा झाला. हा सज्जन, पापभीरू व शूर होता. याने सोरक नामक नगरी वसविली. सौरस विहाराची स्थापना केली. एक उदारचरित राजा म्हणून याची ख्याती होती.

सुरेन्द्राला संतान नव्हते, म्हणून अन्य कुलोद्भव राजा गोधर हा काश्मीरच्या राजसिंहासनावर बसला. हाही पुण्यशील, उदार होता.

गोधर राजानंतर त्याचा पुत्र सुवर्ण हा राजा झाला. त्याच्या पश्चात त्याचा पुत्र जनक हा राजा बनला. जनकाने जालोर विहार व अग्रहार यांची निर्मिती केली. याच्यानंतर शनीचर हा याचा बंधू राजा झाला.

सम्राट अशोक

कालांतराने अशोकची राजवट काश्मीरवर सुरू झाली. 'देवानाम प्रिय

सम्राट अशोक

अशोक' म्हणून जो सम्राट भारताच्या इतिहासात अमर झाला, तोच हा अशोक. परंतु कल्हण कवीने राजतरंगिणीत याला 'सत्यसंघ अशोक' असे संबोधिले आहे. कल्हणाने याच्याविषयी म्हटले आहे- "अशोकाची पापे शांत झाली होती. त्याने संयमाचे शासन स्वीकारलेले होते. अशोकाने काश्मीरमंडलात बौद्धधर्माची पताका फडकविली होती. त्याने शुष्कलेत्र व वितस्त्रात्र येथे स्तूप बांधले होते."

राजा सुरेन्द्राच्या कारकिर्दीत प्रथम बौद्धधर्म काश्मीरमध्ये आला. त्याने विहार बांधले होते. अशोकाने स्तूप बांधले. बौद्धधर्माचा पुष्कळ प्रसारही केला.

बौद्ध आणि सनातन-वैदिक धर्म १४ व्या शतकापर्यंत काश्मीरमध्ये सहकार्याने नांदले. भारतात अन्यत्र जरी पुढे बौद्ध धर्माची पिछेहाट झाली तरी काश्मीरमध्ये तो बराच काळ भरभराटीत राहिला. येथल्या धर्मप्रचारकांनी परदेशात जाऊनही धर्मप्रचार केला. काश्मीरच्या बौद्ध भिक्षूंनी त्रिपिटकाचे पेटारे घेऊन, लदाख, तिबेट, चीन व जपान या देशांत जाऊन धर्मप्रचार केला.

काश्मीरचा राजा गुणवर्मा यानेच दक्षिण पूर्व आशियामध्ये बौद्धधर्म पोहोचविला.

सम्राट अशोक काश्मीरमध्ये राहिला होता. त्याने येथे चैत्य निर्माण केले होते.

अशोकानेच श्रीनगर ही नगरी वसविली. काश्मीरची जुनी राजधानी पुराधिष्ठान ही होती. अशोकाने झेलमतीरी, दल सरोवरानजीक श्रीनगर वसविले. श्रीनगरची शोभा, समृद्धी व गौरव आजपर्यंत वाढतच आहे.

मध्यंतरी मुस्लीम राजवटीच्या वेळी श्रीनगरचे नाव बदलून 'काश्मीर' असे नामकरण केले होते. परंतु इतिहास व लोक श्रीनगरला विसरू शकले नाहीत. अशोकाचे श्रीनगर श्रीनगरच राहिले!

राजा जलौक

अशोकानंतर त्याचा मुलगा जलौक हा गादीवर आला. याच्या पराक्रमामुळे याला 'काश्मीरचा कल्कि' असे म्हटले आहे! याने आपल्या शौर्याने काश्मीरमधून

म्लेंच्छांचे निर्मूलन केले होते. अवधूत नामक एका तत्त्वज्ञाचा हा स्वत:स शिष्य म्हणावत असे. याला सिद्धी प्राप्त झाली होती. याच्या संबंधी अनेक आख्यायिका प्रचलित आहेत. त्यापैकी एक अशी की, जलस्तंभन विद्या जलौकाला अवगत होती. याला शैवदर्शनाचे पूर्ण ज्ञान होते. शैव-पंथी असूनही याने पित्याच्या-अशोकाच्या बौद्धधर्माविरुद्ध असहिष्णू हालचाल केली नाही. जलौक राजाने काश्मीर राज्यात अनेक सुधारणा केल्या. राज्याधिकारी अथवा धर्माध्यक्ष, धनाध्यक्ष, कोषाध्यक्ष, चमूपती, दूत, पुरोधा व दैवज्ञ अशा सात प्रकृतींवर आधारित शासनपद्धती त्याने रूढ केली.

जलौकाच्या राणीचे नाव ईशानदेवी असे होते. राणीही धर्मपरायण होती.

जलौकराजाला संतान नव्हते. त्याच्या पश्चात दामोदर नामक राजा काश्मीर मंडलावर राज्य करू लागला. हा दामोदर-द्वितीय शिवोपासक, सच्चरित्र विद्यानुरागी व शूर होता. राज्यात कृषि, व्यापार, उद्योग आदी लोकहितकारी कामे मोठ्या प्रमाणावर सुरू करण्याचे श्रेय याला दिले जाते.

पावसाळ्यात जलप्रपात व महापूर यामुळे राज्यात लोकांचे, गावांचे नुकसान होत असे. या राजाने हिमालय पर्वतात राहणाऱ्या यश नामक जातीच्या लोकांना पाचारण करून मोठे सेतू व बंधारे त्यांच्याकडून बांधून घेतले. यक्ष लोक स्थापत्य कलेत निपुण होते. काश्मीरमधील मंदिरे, भवने त्यांनी बांधली होती.

दामोदर- द्वितीय धार्मिक होता. त्याच्या संबंधी अशी आख्यायिका सांगतात की, एकदा सकाळी काही विप्र राजद्वारी येऊन राजापुढे उभे राहिले. म्हणाले, "राजा, आम्ही क्षुधाग्रस्त आहोत."

दामोदर राजा म्हणाला, "ठीक आहे. मी भोजन देऊन आपल्याला तृप्त करतो, पण थांबा. माझे अजून स्नान व्हायचे आहे. वितस्तेवर जाऊन स्नान करतो. मग आपली क्षुधाशांती करतो."

परंतु विप्रांना ते रुचले नाही. त्यांनी तत्काळ भोजन मागितले. राजाने स्नानाशिवाय ते देण्याचे नाकारले. तेव्हा विप्रांनी क्रोधित होऊन राजाला 'सर्प होशील' असा शाप दिला. राजाने प्रार्थना केली. दया भाकली, तेव्हा 'एका दिवसात संपूर्ण रामायण-ऐकशील त्या वेळी शापमुक्त होशील' असा - उ:शापही विप्रांनी दिला.

तुरुष्क राजे

दामोदर-द्वितीय नंतर काश्मीरमध्ये तीन तुरुष्क राजे झाले. त्यांची नावे अशी होती - कनिष्क, हविष्क व जविष्क

दामोदरानंतर आणि कुशाणवंशीय राजवट येईपर्यंतच्या मधल्या काळात किती राजे झाले किंवा काश्मीरची राजकीय अवस्था कशी होती, यासंबंधी काही कळत नाही.

'तुरुक्ष' हा शब्द ऋग्वेदात दासांसाठी योजलेला आहे. दास म्हणजे आर्येतर जाती व दास बनलेले आर्य. पुराणांनी त्यांना 'बाह्यतोः नराः' असे म्हटले आहे. याचा अर्थ हे लोक भारताबाहेरून येथे आलेले असा होतो. आजचे तुर्कस्थान म्हणजे पूर्वकालीन 'तुषार' नामक प्रदेश. तुर्क किंवा तुरुष्क यांचे हेच मूलस्थान. तुर्कस्थानाची सरहद्द आजही काश्मीरशी भिडलेली आहे.

सम्राट कनिष्क

इसवी सनाच्या पहिल्या शतकात कुशाणवंशातील कनिष्काने काश्मीर जिंकले. त्यानेच कनिष्कपूर नावाचे नगर वसविले. हल्ली त्यास कानिशपूर म्हणतात. कनिष्काने काश्मीरमध्ये चतुर्थ बौद्ध - संगीतीका भरविली होती. कुशाणांच्या राजवटीत पुनश्च काश्मीरमध्ये बौद्ध धर्माचा प्रसार झाला. कनिष्काने राज्य, धर्म व शासन तीनही क्षेत्रात आदर्श निर्माण केला.

जगाला दोन महान सम्राट देण्याचे श्रेय-काश्मीरला दिले जाते. एक, सम्राट अशोक व दुसरा कनिष्क.

कनिष्काने काश्मिरातच केवळ बौद्ध विहार, स्तूप आणि चैत्य निर्मिले असे नाही, तर पुरुषपूर म्हणजे पेशावर येथेही संघाराम निर्माण केला. तेथे त्याने दीडशे फूट उंचीचा स्तूपही बांधला होता. त्या वेळी तो जगातील सर्वांत उंच स्तूप समजला जात असे. कनिष्काने समस्त काश्मीर-मंडळच धर्मार्ध अर्पण करून टाकले होते.

कनिष्काच्या दरबारी महान पंडित होते. त्यात अश्वघोष, वसुमित्र, नागार्जुन आणि चरक हे देखील होते. या पंडितांच्या विचारांचा प्रभाव तत्कालीन काश्मीरवर मोठा होता.

कनिष्कानंतर हविष्क राजा झाला. त्याने 'हुष्कपूर' नगर वसविले. बारामूलाजवळ आज ते 'उशकर' नावाने अस्तित्वात आहे. हुष्कपूर तत्कालीन

काश्मीरचे सांस्कृतिक व धार्मिक केंद्र होते. कालांतराने ललितादित्य राजाने येथे विहार व मंदिरे बांधली होती. चिनी प्रवासी हूएनत्संग येथे येऊन राहिला होता. हिंदू व बौद्ध दोन्हीही धर्मांच्या आणि तत्त्वज्ञानाच्या अभ्यासाचे हे विद्यापीठ होते. येथील मूर्तींच्या भग्नावशेषावरून त्यावरील गांधार-शिल्पशैलीचा प्रभाव कळून येतो. गांधार आणि काश्मीर यांच्या सीमाच केवळ एकमेकांना भिडल्या आहेत असे नव्हे, तर शिल्प, कला, व्यापार यांचीही देवाण-घेवाण त्या काळी चालू होती, असे आढळते.

चौथी धर्मक्रांती

कुशाण राजवटीनंतर अभिमन्यू-प्रथम हा राजा काश्मीरमध्ये झाला. हा प्रवृत्तीने धार्मिक होता. त्याने कण्टकोत्स अग्रहार ब्राह्मणांना दान दिला होता. कंकोरनावाने हल्ली ते गाव आहे.

राजाने काश्मीर मंडळात अभिमन्युपूर नगराची स्थापना केली होती. हे नगर मोठे विस्तृत व वैभवशाली होते. त्याचे सध्याचे नाव 'विमयन' असे आहे. अभिमन्युपुरात राजाने शशांक शेखराचे भव्य मंदिर बांधून तिथे शिवाची प्रतिष्ठापना केली होती. हे मंदिर त्या वेळी सामाजिक व धार्मिक जीवनाचे केंद्र होते.

कुशाण राजांच्या, विशेषत: कनिष्काच्यानंतर काश्मिरी जनतेला बौद्ध धर्मापासून पुनश्च सनातन धर्माकडे अभिमन्यूने वळविले. त्याची शैव-धर्माला मान्यता होती; पण बौद्ध-धर्माला त्याने विरोध केला नाही. परंतु राजा शैवधर्मी असल्यावर प्रजाही तिकडे झुकली. ही काश्मिरातील चौथी धर्मक्रांती होती. सर्वप्रथम धार्मिक क्रांती सम्राट अशोकाने बौद्ध-धर्माला राजाश्रय देऊन केली. दुसरी क्रांती अशोकपुत्र जलौक याने पुन: सनातन धर्माची प्रतिष्ठापना करून केली. तृतीय क्रांती सम्राट कनिष्काने बौद्ध धर्माला राजाश्रय देऊन केली आणि चतुर्थ क्रांती राजा अभिमन्यूने पुनश्च सनातन धर्म प्रतिष्ठित करून केली!

काश्मीरच्या इतिहासातील हे वैचित्र्य आणि वैशिष्ट्य आहे. येथे अशा प्रकारे धर्म-क्रांत्या झाल्या, पण त्यावरून संघर्ष किंवा विवाद झाले नाहीत.

अभिमन्यू राजाने आणखी एक गोष्ट केली. ती म्हणजे संस्कृतचे पुनरुज्जीवन. बौद्धमत-प्रचारामुळे पाली भाषेचा पगडा सर्वत्र बसला होता; कारण बौद्ध ग्रंथ पाली भाषेत होते. प्राचीन काळी काशी व काश्मीर ही संस्कृत साहित्याची महान केंद्रे होती. इथे संस्कृत-साहित्याचा विकास झाला होता. परंतु बौद्धांच्यामुळे संस्कृत पठण-पाठणात शैथिल्य आले होते. राजा अभिमन्यूने संस्कृत साहित्याला पुनर्वैभव प्राप्त करून देण्याचे ठरवून प्रयत्न सुरू केले. पंडित चंद्राचार्य यांच्या

सहकार्याने पाणिनी, पतंजली यांच्या ग्रंथांचा जनतेत प्रचार केला. चंद्राचार्यांनी स्वरचित 'चांद्र-व्याकरण' जनतेपुढे ठेवले. ते सुलभ, बौद्धगम्य असल्यामुळे अध्ययन-अध्यापनाला साहाय्यक ठरले.

अभिमन्यूच्या पश्चात तिसरा गोनन्द राजा झाला. त्यानेही सनातन धर्माचे पुनरुज्जीवन करून नाग-बलि, नाग-पूजा, होम, यज्ञ इत्यादी कामे पुनश्च चालू केली.

अन्य राजे

गोनन्दानंतर त्याच्याच वंशातील बिभीषण-प्रथम, इंद्रजीत, रावण व बिभीषण-द्वितीय हे राजे झाले. रावण शिवपूजक होता. तो बटेश्वर शिवाची नित्य उपासना करीत असे. त्याने पूजिलेल्या शिवलिंगाची पूजा कल्हणाच्या काळापर्यंत होत होती. या शिवलिंगाचे एक वैशिष्ट्य होते. त्यावरील चमकते बिंदू अथवा रेषा वेळोवेळी बदलत असत आणि त्यावरून पंडित लोक भविष्यकालीन सूचना घेत असत. रावण राजा एवढा शिवभक्त होता, की त्याने सर्व काश्मीर मंडळाचे राज्यच बटेश्वरला अर्पण करून टाकले होते. बटेश्वराचे हे स्थान कोठे होते याचा ठावठिकाणा पुढील इतिहासाला ठाऊक नाही.

बिभीषण-द्वितीय याने पस्तीस वर्ष राज्य केले.

त्याच्या पश्चात नर अथवा किन्नर काश्मीरचा राजा झाला. हा प्रारंभी सदाचारी, उत्तम शासक होता. परंतु पुढे सत्तेच्या मदाने दुराचारी बनला व प्रजेला त्रास देऊ लागला. याने एकूणचाळीस वर्षे राज्य केले.

यानंतर राजा सिद्ध गादीवर आला. हा अत्यंत पुण्यशील होता. याच्याविषयी अशी आख्यायिका प्रसिद्ध आहे की, हा सदेह स्वर्गाला गेला.

सिद्ध राजानंतर त्याचा पुत्र उत्पलाक्ष हा गादीवर बसला. त्याने तीस वर्षे राज्य केले. याच्या पश्चात त्याचा पुत्र हिरण्याक्ष राजा झाला. याने हिरण्यपूरची स्थापना केली होती.

हिरण्याक्ष राजानंतर त्याचा पुत्र हिरण्यकुल राजा झाला. याने साठ वर्षे राज्य केले.

याच्या पश्चात त्याचा पुत्र वसुकुल यानेही साठ वर्षे काश्मीरचे राज्य भोगले.

वसुकुलच्या पश्चात त्याचा पुत्र मिहिरकुल राजा झाला. हा अत्यंत बलशाली, पण जुलमी, क्रूर होता. हा हूण वंशीय होता. याची एक राजधानी पंजाबमधील साकल म्हणजे आजचे सियालकोट येथे होती व दुसरी अफगणिस्थानमध्ये बलख येथे होती. याचे उत्तरायुष्य अत्यंत व्याधीग्रस्त, कष्टात गेले.

मिहिरकुलाच्या पश्चात त्याचा पुत्र वक राजा झाला. हा सदाचारी होता.

यानंतरच्या कालात क्षितिनन्द, वसुनन्द, नर-द्वितीय, अक्ष, गोपादित्य, गोकर्ण, नरेन्द्रादित्य, युधिष्ठिर, प्रतापादित्य, जलौकस-द्वितीय या राजांनी काश्मीर मंडळावर राज्य केले.

यानंतर जलौकस-द्वितीय याचापुत्र तुंजीन हा गादीवर आला. हा व त्याची राणी देवी वाकपष्टा हे दोघे अत्यंत धार्मिक, पुण्यशील व प्रजाहित दक्ष होते. राजा राणीच्या पुण्यकृत्याच्या अनेक आख्यायिका काश्मीरमध्ये प्रसिद्ध आहेत. राजाच्या निधनानंतर राणी वाकपुष्टा सती गेली. काश्मीरच्या इतिहासातील सती जाणारी ही पहिली राणी, असे समजले जाते.

तुंजीन राजाला संतान नव्हते. म्हणून अन्य कुलोत्पन्न राजा विजय गादीवर आला. त्यानंतर जयेंद्र व संधिमती हे राजे झाले. पुढील कालखंडात मेघवाहन, श्रेष्ठसेन, मातृगुप्त, प्रवरसेन, नरेन्द्रादित्य, रणादित्य, विक्रमादित्य व बालादित्य हे राजे होऊन गेले. बालादित्य हा काश्मीरच्या गोगन्द-वंशातील अखेरचा राजा होता. महाभारत कालापासून चालत आलेला हा गोनंद राजवंश बालादित्याच्या निर्वाणाने संपला.

कार्कोट वंश

बालादित्य निपुत्रिक होता. त्यामुळे त्याच्या पश्चात त्याचा जावई दुर्लभवर्धन हा गादीवर आला. याने कार्कोट वंशाची स्थापना केली. याची सत्ता काश्मीरशिवाय पंजाबच्या काही भागवरही होती. याचा पुत्र प्रतापादित्य याने काही वर्षे राज्य केले. प्रतापपूर नगर त्याने वसवले. त्याला तीन पुत्र होते. मोठा पुत्र चंद्रापीड हा दयाळू व न्यायी राजा होऊन गेला. त्याच्या पराक्रमामुळे इ. स. ७२० मध्ये चीनच्या सम्राटाने त्याच्या राज्यसत्तेला मान्यता दिली. त्याचा धाकटा भाऊ तारापीड याने चंद्रापीडाचा वध करून राज्य बळकावले. चार वर्षाच्या कारकीर्दीत तारापीडाने अनेक दुष्कृत्ये केली.

तारापीडाच्या पश्चात त्याचा धाकटा भाऊ ललितादित्य मुक्तापीड हा राजा झाला. कार्कोट वंशातील हा सर्वश्रेष्ठ राजा होता. त्याने नर्मदेपासून तिबेटपर्यंत संपूर्ण उत्तर भारतावर आपले साम्राज्य प्रस्थापित केले होते.

लालितादित्य इ. स. ७६० साली मृत्यू पावला. याच्यानंतर त्याचे दोन पुत्र कुवलयापीड व वज्रादित्य व त्यानंतर वज्रादित्याचे तीन पुत्र पृथिव्यापीड, संग्रामीपीड व जयापीड हे राजे झाले. जयापीड हा ललितादित्याप्रमाणेच पराक्रमी होता. त्याने पूर्वेकडे स्वाऱ्या केल्या, त्या वेळी इकडे त्याचा मेहुणा जज्जा याने

काश्मीरचे राज्य बळकावले, असे कल्हणाने लिहिले आहे. परंतु तीन वर्षांनी परतल्यावर जयापीडाने जज्जाचा पराभव करून आपले राज्य परत मिळविले. त्याने पंडितांना उदार आश्रय दिला, पण प्रजेवर जबर कर लादला. त्यामुळे तो अप्रिय झाला व ब्राह्मणवर्गाने रचलेल्या कटात तो शेवटी मारला गेला.

याचा पुत्र ललितापीड हा फारच दुर्गुणी राजा झाला. त्याच्यानंतर त्याचा भाऊ संग्रामपीड व त्यानंतर बृहस्पती हे राजे झाले. बृहस्पती अल्पवयीन असल्यामुळे त्याच्या आईचे-जयादेवीचे पाच भाऊ राज्यकारभार चालवत असत. परंतु अखेरीस त्यांनी आपल्या भाच्याला मारून राज्य बळकावले. सुमारे २५० वर्षांनी कार्कोट वंशाचा शेवट झाला. हे घराणे शिवभक्त होते. अनेक शिवालये यांच्या कारकिर्दीत बांधली गेली.

उत्पल घराणे

अशा प्रकारे पाच मामांनी सत्ता बळकावल्यावर त्यांच्यापैकी 'उत्पल' नावाच्या मामाचा नातू अवंतीवर्मा हा या घराण्यातला पहिला राज झाला. इ.स. ८५५ ते ८८३ पर्यंत याने राज्य केले. हा शूर होता. अवंतीपूर नगर यानेच वसविले. याच्या कारकिर्दीत सूय्य नामक स्थापत्यविशारदाने वितस्ता वगैरे नद्यांना बंधारे घालून अनेक कालवे काढले. त्याने सूर्यपूर वसवले.

अवंतीवर्मानंतर त्याचा पुत्र शंकरवर्मा हा राजा झाला. याने दार्वाभिसार, त्रिगर्त, गुर्जर हे देश पादाक्रांत केले. तो शूर, पण जुलमी निघाला. ९०२ मध्ये त्याचा अंत झाला. त्यानंतर काही काळ काश्मीरमध्ये अराजकच माजले होते. तंत्री नावाच्या एका सेनापथकाच्या हाती सत्ता गेली होती. या सेनापथकाने अनेक राजे गादीवर बसविले. त्यातील चक्रवर्मा व उन्मत्तावंती हे जुलमी, क्रूर, विलासी होते. शेवटी सेनापती कमलवर्धन याने ब्राह्मणसभेला राजा नियुक्त करण्याचा आदेश दिला. सभेने यशस्कर पंडिताला राज्यावर बसविले. त्याच्यानंतर त्याचा पुत्र संग्रामदेव गादीवर आला. पण पर्वगुप्त प्रधानाने त्याला ठार करून गादी बळकावली. नंतर क्षेमगुप्त राजा झाला. याने सिंहराज नावाच्या लोहराधिपतीची कन्या दिद्दा हिच्याशी विवाह केला. ९५८ मध्ये याचा मृत्यू झाल्यावर त्याचा पुत्र अभिमन्यू राजा झाला. हा अल्पवयीन असल्यामुळे दिद्दा राज्यकारभार पाहू लागली. तिच्या विरुद्ध बरेच उठाव झाले, पण तिने ते हाणून पाडले. ती १००३ साली मरण पावली.

लोहर घराणे

दिद्दाच्या पश्चात तिच्या भावाचा मुलगा संग्रामराज हा राजा झाला.

याच्या काळी काश्मीरला सुखाचा व भरभराटीचा काळ आला. याच्यानंतर हरिराज, अनंतदेव, कलश, हर्ष, उच्छल, सुस्सल व जयसिंह यांनी ११५५ पर्यंत राज्य केले. जयसिंहाच्या कारकिर्दीतच कवी कल्हण होऊन गेला. या काळात काश्मीरमध्ये सरदारांमध्ये यादवी सुरू होती. यानंतर सुमारे दोनशे वर्षे जशी काश्मीरवर हिंदूंची सत्ता होती तशी ती दुर्बल अवस्थेत होती. त्यामुळेच मुसलमानी सत्तेचे फावले.

मुसलमानी अंमल

उदयदेवानंतर त्याची राणी कोटा ही राज्य करीत होती. याच वेळी शाह मीर नामक मुसलमान सरदाराने काश्मीरवर हल्ला केला. कोटा राणीचे राज्य जिंकले आणि शमसुद्दीन या नावाने बादशाही सुरू केली. त्याच्या नंतर सुलतान सिकंदर बादशहाने १३९४ ते १४१७ पर्यंत राज्य केले. याने हिंदूंची कत्तल केली. अनेक मंदिरे फोडली व भ्रष्ट केली.

त्याच्या नंतर जैल उल् आब्दीन हा गादीवर आला. हा सहिष्णू वृत्तीचा होता. याच्या काळीच कागद, रेशीम, शाली बनविणे इत्यादी उद्योगांचा पाया घातला गेला. काश्मिरी लोक याला बडशहा नावाने अजूनही गौरवितात.

१५८६ मध्ये अकबर बादशहाने काश्मीर जिंकले व तेव्हापासून मोगली

एक दृश्य गुलमर्ग

सत्ता सुरू झाली, ती औरंगजेबापर्यंत चालली. अकबर बादशहाने काश्मीर खोऱ्याला वारंवार भेटी दिल्या. अकबराच्या पश्चात जहांगीर व शहाजहान या मोगल बादशहांनीही निसर्गरम्य काश्मीरवर फिदा होऊन प्रेम केले. काश्मीरशी दृढ संबंध ठेवले; इतकेच नव्हे तर विस्तीर्ण दल-सरोवराच्या सभोवार श्रीनगर येथे अनेक उद्याने व उपवने तयार केली.

जहांगीर तर काश्मीरच्या सौंदर्याने वेडावलाच होता. त्याने मरतेसमयीसुद्धा "काश्मीर, काश्मीर; दुसरे तिसरे काही नाही" - असे उद्‌गार काढले होते.

औरंगजेबानंतर मोगली सत्ता संपुष्टात आली व १७५१ मध्ये काश्मीर स्वतंत्र झाले. पण अहमदशहा दुराणीने काश्मीर जिंकून घेतले व तेव्हापासून अफगाण राजवट तिथे सुरू झाली. या काळात काश्मिरी प्रजा जुलमाने भरडून निघाली.

रणजितसिंग या महापराक्रमी शीख राजाने १८१९ साली अफगाणांचा पराभव करून काश्मीर जिंकले. गुलाबसिंग नावाचा त्याचा डोगरा शूर सरदार तिथे होता. त्याने १८४१ साली किस्तबाद, लदाख व बाल्तिस्तान हे प्रदेश जिंकून काश्मीर राज्याला जोडले.

इंग्रजी अंमलाखाली

१८४५ सालापर्यंत इंग्रजांनी सर्वत्रच हातपाय पसरले होते. भारतातली अनेक राज्ये त्यांनी घशाखाली घातली होती. रणजितसिंगाच्या शीख राज्यामुळेच त्यांना पंजाब व त्या पुढे लवकर शिरकाव करता आला नाही. तथापि, १८४५ साली जे शीख-इंग्रज युद्ध झाले त्या वेळी गुलाबसिंगाने शिखांच्या बाजूने भाग घेतला नाही. तो तटस्थ राहिला. त्यामुळे इंग्रजांना जय मिळाला. त्याच्या ह्या तटस्थ साहाय्याने बक्षीस म्हणून इंग्रजांनी त्याला १८४६ साली काश्मीर प्रदेश अमृतसर येथे तह करून ७५ लक्ष रुपयाला खरेदी देऊन टाकला. नंतर गुलाबसिंगाने शिखांच्या ताब्यातील गिलगिटचा प्रदेशही जिंकून घेतला. अशा प्रकारे इंग्रजांच्या मांडलिकत्वाखाली काश्मीर संस्थान अस्तित्वात आले.

जम्मू रियासत

जाम्बूलोचन नामक राजाने जम्मू नगर वसविले होते. या नगरावर व आसपासच्या भागावर राजपूत शासक होते. त्यांच्या राजधान्या जम्मू, किश्तवाड भद्रवाह, चिनहनी व बसोहली येथे होत्या. राजा जाम्बूलोचन याच्या मुलांपैकी राजा बलदेव व राजा रणजितदेव हे दोन प्रसिद्ध राजे होऊन गेले. राजा रणजितदेवाने पराक्रमाने गुजरात, मलकवाल, मनावर व अखनूर येथील किल्ले

जिंकले होते. याच्या साहाय्यानेच अहमदशाह अब्दालीने १७५० मध्ये काश्मीर जिंकले.

रणजितदेवानंतर ब्रजलालदेव राजा झाला. पण त्याला सरदार मियानसिंह याने पदच्युत केले. सरदार मियानसिंह हा महाराज रणजितसिंगाचा पिता होता. रणजितसिंगाने पंजाबमध्ये शीख राज्याची स्थापना करताच १८१९ मध्ये काश्मीरचा काही भाग जिंकून पंजाबला जोडला. याच वेळी रणजितसिंगाने गुलाबसिंगाला जम्मूचा राजा केले. १८४६ च्या अमृतसरच्या तहान्वये गुलाबसिंगाने इंग्रजांपासून ७५ लाख रुपयांना काश्मीर खरेदी केले. तेव्हापासून जम्मू व काश्मीरवर डोगरा वंशाचे राज्य इंग्रजांच्या मांडलिकत्वाखाली सुरू झाले.

संस्थानी राजवटीत-

१८४६ ते १९४७ पर्यंत काश्मीरमध्ये डोगरा राजांची संस्थानी राजवट होती. या शंभर वर्षांच्या काळात काश्मीरवर बाह्य आक्रमण झाले नाही, पण भारतीय स्वातंत्र्य लढ्याचे पडसाद काश्मीरमध्ये उठल्याशिवाय राहिले नाहीत.

महाराजा गुलाबसिंगानंतर महाराज रणवीरसिंह गादीवर बसले. त्यांच्यानंतर प्रतापसिंह व त्यांच्या पश्चात १९२५ साली महाराजा हरिसिंह गादीवर बसले.

काश्मीरमध्ये १९३१ साली राष्ट्रीय आंदोलनाला सुरुवात झाली. जनता जागृत बनू लागली. राजकीय संस्था अस्तित्वात आल्या. शेख अब्दुल्ला यांनी या कामी प्रथमपासूनच पुढाकार घेतला. काश्मिरीही जनतेने त्यांना प्रेमादराने 'शेरे काश्मीर' ही पदवी दिली. शेख साहेबांनी 'नॅशनल कॉन्फरन्स' ही संस्था स्थापन केली व तिच्या मार्फत काश्मीरमधील निरंकुश राजसत्तेचा अंत करून लोकशाहीची ज्योत पेटवली.

काश्मीरमध्ये पुढील सहा प्रमुख राजकीय संस्था स्वातंत्र्य पूर्वकाळात काम करीत होत्या - (१) ऑल जम्मू व काश्मीर नॅशनल कॉन्फरन्स, (२) ऑल जम्मू व काश्मीर मुस्लीम कॉन्फरन्स, (३) ऑल स्टेट काश्मिरी पंडित पोलिटिकल कॉन्फरन्स, (४) गुरूसिंह सभा, (५) राज्य सभा, व (६) प्रजा परिषद.

परंतु 'नॅशनल कॉन्फरन्स' हीच मोठी लोकप्रिय राजकीय आघाडी होती. १९३१ सालच्या आंदोलनाचा परिणाम म्हणून जनतेची दुःखे व तक्रारी समजून घेण्यासाठी मि. बी. ग्लेन्सी यांच्या अध्यक्षतेखाली एक कमिशन नियुक्त करण्यात आले होते. या ग्लेन्सी कमिशनने आपला अहवाल १०३२ च्या मार्चमध्ये काश्मीरच्या महाराजांना सादर केला व त्यानुसार काश्मीरमध्ये भिन्न भिन्न संप्रदायांचे प्रतिनिधी घेऊन एक 'वैधानिक सुधार संमेलन' स्थापन करण्यात आले. या

संमेलनाने विधान सभेची मागणी केली. १९३२ मध्येच मताधिकार समितीची स्थापना झाली. तिचा अहवाल १९३४ मध्ये तयार झाला. १७ ऑक्टोबर १९३४ रोजी 'प्रजा सभा' स्थापन झाली. प्रजा सभेत २१ मुसलमान. १० हिंदू, २ शीख असे निवडून आलेले ३३ व अन्य सरकारी नियुक्त इत्यादी ४२, मिळून ७५ सदस्य संस्था ठरली. १९३९ साली सरकारी नियुक्त सभासदांची संख्या कमी करून ती ३५ व जनप्रतिनिधी ४० अशी सुधारणा झाली. १९४४ साली प्रजा सभेच्या सदस्यातून दोन मंत्री निवडले व द्विशासनपद्धती अंमलात आली. पण ती फार दिवस टिकली नाही. १९४६ साली नॅशनल कॉन्फरन्सने 'छोडो काश्मीर' आंदोलन सुरू केले.

विलीनीकरण

१९४७ साली १५ ऑगस्टला भारत स्वतंत्र झाला. त्याच वेळी काश्मीर संस्थानही स्वतंत्र झाले. संस्थानिकांना आपले भवितव्य ठरवायचे होते. इंग्रहांनी त्यांना तशी मुभा दिली होती. काश्मीरमध्ये मुस्लीम जनसंख्या अधिक असल्याने ते पाकिस्तानात येईल किंवा आले पाहिजे असा पाकिस्तानचा कयास होता. काश्मीरवर तसे हरतऱ्हेने दडपणही आणले आणि अखेरीस काश्मीर बळकावण्याची 'ऑपरेशन जिब्राल्टर' नावाची एक योजनाही तयार केली. ऑक्टोबरच्या २४ तारखेला १९४७ सालीच ५,००० टोळीवाले काश्मिरात घुसल्याचे वृत्त आले. त्याच वेळी काश्मीरच्या महाराजांनी काश्मीरच्या भारतामधील सामीलनाम्यावर सही करून काश्मीरच्या संरक्षणाचा भार भारत सरकारवर टाकला. पंतप्रधान पं. जवाहरलाल नेहरूंनी तातडीने निर्णय करून भारतीय सैन्य काश्मीरमध्ये धाडले. भारतीय वीरांनी अपूर्व शौर्य गाजवून टोळीवाल्यांना पिटाळून लावले. त्याच वेळी हा प्रश्न यूनोत नेण्यात आला व अद्यापही तो कुजतच पडला आहे. काश्मीरचा काही भाग 'आझाद काश्मीर' नावाने आजही पाकिस्तानच्या अमलाखाली आहे.

परंतु १९५४ साली काश्मिरी घटना परिषदेने भारतामधील विलीनीकरणाच्या बाजूने कौल देऊन काश्मीरमध्ये राष्ट्रीय सरकार आणले. शेख अब्दुल्ला हेच स्वतंत्र काश्मीरचे पहिले मुख्यप्रधान झाले होते. सध्या भारतीय संघराज्यात जम्मू-काश्मीर हे एक राज्य आहे.

पाकिस्तान अजूनही आपला काश्मीरवरील हक्क सांगत असते. सतत कुरापती काढत असते. १९६५ साली पुन्हा पाकिस्तानी हल्लेखोर काश्मीरमध्ये घुसले. त्या वेळी लालबहादूर शास्त्री भारताचे पंतप्रधानहोते. त्यांनी निर्धाराने

भारतीय सेना धाडली. याही वेळी भारतीय वीरांनी अतुल पराक्रम करून पाकिस्तानला नामोहरम केले. रशियाच्या मध्यस्तीने भारत-पाकिस्तानमध्ये ताश्कंद येथे शांतता करार झाला. परंतु कराराचा भंग करून पाकिस्तानच्या कुरापती चालूच असतात.

३.लोक आणि लोकाचार

काश्मीरची भूमी जशी देखणी तशीच तिथली माणसेही देखणी. सुंदर. काश्मिरी लोक बांध्याने उंचपुरे, गौरवर्ण आहेत. त्यांचे किंचित उभट चेहरे, सरळ तरतरीत नाक व पाणीदार टपोरे डोळे पाहणाराचे लक्ष चटकन वेधून घेतात. काश्मिरात नकटे नाक व काळा रंग क्वचितच कुठे आढळतो आणि सौंदर्याचे हे देणे निसर्गाने मोठ्या दिलदारपणाने सर्वांना- स्त्री-पुरुष, गरीब-श्रीमंत, हिंदू-मुसलमान, शहरी-पहाडी-सर्व काश्मिरींना मुक्तपणे दिलेले आहे.

काश्मिरी लोक खास आर्य वंशाचे आहेत. ते नाजूक, देखणे, स्वभावाने हळवे असले तरी तेवढेच कष्टाळू आहेत. वृत्तीने सहिष्णू व मनमिळावू आहेत. आदरातिथ्य त्यांच्या वागण्यात पुरेपूर भरलेले आहे. खरे तर, निसर्गाने सौंदर्याची उदार देणगी देताना आर्थिक हलाखीची स्थितीही ठेवलेली आहे. येथे अत्यंत गरिबी आहे. गरिबीच्या पोटीच अज्ञान, अनारोग्य, बेकारी, लाचारी ह्या दुर्गुणांचाही प्रादुर्भाव झालेला आहे. दीर्घकालीन संस्थानी राजवट, त्या आधीची जुलमी बादशाही कारकीर्द, सक्तीची धर्मांतरे, जबर कर, टोळीवाल्यांचे हल्ले यामुळे सामान्य काश्मिरी माणूस दबलेला, भ्यालेला असा वाटतो. बाहेरच्या माणसांविषयी त्याच्या मनी एक प्रकारचा अविश्वास असतो. परंतु गरिबीतही जीवनाचा आनंद लुटण्याची त्याची वृत्ती, जीवन उपभोगण्याची त्याची धडपड कौतुकास्पद आहे.

काश्मिरी लोकांची राहणी तशी साधी आहे. लोकांच्या राहणीमानावर तिथल्या भौगोलिक स्थितीचा प्रभाव पडलेला असतो. काश्मिरी पहाडी लोक बलिष्ठ, बहादूर, परिश्रमी, सहनशील पण शिक्षणात ते मागासलेले आहेत. चिप व डोगरा जमातीचे लोक लष्करात पुष्कळ आहेत. काश्मीर घाटीतील लोकांपेक्षा ह्यांची राहणी थोडी वेगळी आहे. ते कमी साहसी व विलासप्रिय आहेत. कारण त्यांना उपजाऊ जमीन मिळालेली आहे.

काश्मिरी लोकांत अंधविश्वास खूपच आहे. मुसलमानांपेक्षा हिंदू लोक अधिक अंधविश्वासी आहेत. या अंधविश्वासातून वाईट चालीरीतीही रूढ झालेल्या आहेत. त्यातच निरक्षरता व अज्ञान. जन्म, विवाह व मृत्यू या प्रसंगी पाळावयाच्या कुटुंबात अनेक रूढी आहेत. या रूढींचा एवढा पगडा आजवर होता की काश्मिरी माणूस एकवेळ उपाशी राहणे पसंत करी, कर्जदार व्हायला तयार होई, आणखी कसल्याही अडचणी, जबाबदाऱ्या अंगावर घेई, पण रूढीविरुद्ध वागण्याचे धाडस करीत नसे.

भारताच्या अन्य प्रांता-प्रमाणेच काश्मीरही प्रामुख्याने कृषिप्रधान राज्य आहे. येथील सुमारे ७२ टक्के लोक खेड्यांतून राहतात. कृषी हा मोठा व्यवसाय. दुसरा व्यवसाय आहे पशू पालन. सुमारे ७० टक्के लोक शेतीभातीच करतात. पहाडी भागात जिथे हिरवे गवत मिळते तिथे पशू पालन करतात. शेळ्यामेंढ्या पाळतात. चाऱ्यासाठी एका जागेहून दुसऱ्या जागीही जातात. काश्मिरी बकऱ्याही मोठ्या केसाळ व देखण्या असतात. पशू-पालन करणाऱ्यात गद्दी व गोजर ह्या जाती प्रसिद्ध आहेत. दरदी व तिब्बटी लोक शूर व समजदार आहेत. हे परिश्रम, मजुरी करतात. त्यांच्या भागात शेतीयोग्य जमीन नाही. पाऊसही कमी पडतो. जंगलाजवळील पहाडी लोक लाकूड तोडण्याचे काम करतात. लाकूडतोड हाही इकडील एक मोठा उद्योग आहे. थंडीच्या दिवसांत पुष्कळसे किसान व मजूर पंजाबकडे जातात व मजुरी करतात. वसंत ऋतूमध्ये परत येतात. आठ महिने काश्मीरमध्येच शेती-मजुरी करतात. काही लोक मच्छीमारीचे कामही करतात. नदीतील नावांमधूनच लाकडाची घरे करून ते राहतात. काही व्यापार करतात. दुकानदारी करतात. काही लोक कला-कुसरीची कामेही करतात. हे लोक बुद्धिमान आहेत. कोणताही धंदा-उद्योग चटकन आत्मसात करतात.

काश्मिरी लोकांना 'गपशप' करायला फार आवडते. अफवा तर त्यांना एकदम पसंत. परिश्रमाचा त्यांना कंटाळा नाही. त्यामुळे ते हरहुन्नरी व उत्कृष्ट कारागीर आहेत. त्यांना तशा खास सवयी नाहीत. दातांच्या सफाईसाठी वेताच्या डहाळीचा 'दातुन' म्हणून उपयोग करतात. 'समावार' म्हणजे चहादाणी व 'हुक्का' मात्र पाहिजेच. रस्त्याच्या कडेचा एखादा चांभारही हुक्का पीत पीत काम करताना दिसतो.

काश्मिरी घरात वापरण्यात येणाऱ्या 'कांगडी'चाही खास उल्लेख केला पाहिजे. वेताच्या टोकरीत एक मातीचे भांडे ठेवलेले असते. त्यात निखारा असतो. थंडीत शेकण्यासाठी ही कांगडी फैरनच्या आतूनही घेतात.

लोक आणि लोकाचार / ३३

कांगडी

काश्मिरी स्त्रिया सौंदर्याबद्दल विख्यात आहेत. त्या उत्कृष्ट माता म्हणूनही प्रसिद्ध आहेत. त्या सामान्यपणे आपल्या घरातच असतात. घरकामात दंग राहतात. मुलांची देखभाल करतात. त्यांचे पालन-पोषण, संगोपन करण्यात त्यांना धन्यता वाटते. त्यांच्या या गृहप्रीतीबद्दल सी. जी. ब्रूसबाईंनी म्हटले आहे, ''त्या घराच्या मोठ्या रक्षक असतात. पती व परिवार यांच्याविषयी त्यांच्या मनात फार भक्ती असते.''

काश्मिरी स्त्री बुद्धिमान व समजूतदारही आहे. परंतु रूढीप्रियता, अज्ञान यामुळे ती शिक्षण आदी क्षेत्रात मागासलेली राहिलेली आहे. परंतु अलीकडे जागृतीचे वारे त्यांच्यापर्यंतही पोहोचलेले आहे. काश्मिरी मुली आता सरसहा शिक्षण घेऊ लागल्या असून, त्यांच्यासाठी स्वतंत्र शिक्षणाची सोयही झालेली आहे. श्रीनगरमध्ये सरकारी महिला महाविद्यालयही आहे.

बालविवाहासारख्या प्रथाही नष्ट होत आहेत. शिकलेली स्त्री पुरुषांच्या बरोबरीने समाजात जबाबदारीची कामे करताना आढळते. मुस्लीम स्त्रियांत काही खानदान कुटुंबातून पडदा पद्धती आजही आहे, पण शहरातून ती आता कमी होत आहे.

वेशभूषा

काश्मिरी लोकांची वेशभूषा तशी साधी आहे. काश्मीर खोऱ्यातले लोक एक खांद्यापासून खाली टाचेपर्यंत लांब असा ढगळ डगला वापरतात. थंडीचा प्रदेश असल्यामुळे हा डगला बहुधा लोकरीचा असतो. याला 'फैरन' असे म्हणतात. स्त्रियाही फैरन वापरतात.

अलीकडे काश्मिरी हिंदू स्त्रिया साडीही वापरू लागल्या आहेत.

जम्मूमधील स्त्रिया तंग पायजमा व छोटी साडी वापरतात. मुस्लीम स्त्रिया बुरखा घेतात. काश्मिरी हिंदू स्त्रिया माथ्यावर 'तरंगा' व मुस्लीम स्त्रिया 'कसबा' घेतात. हे एक प्रकारचे रुमालच असतात. 'तरंगा' व कसाबा झाकण्यासाठी मलमलचा कपडा टाचलेला असतो. गरीब काश्मिरी लोक गवताचा, रस्सीचा

आपल्याच हाताने बनवलेला जोडा वापरतात. त्याला 'पुलहोर' म्हणतात. हा खास काश्मिरी पादत्राणांचा प्रकार आहे.

पुरुष कमीज, पायजामा व फैरन वापरतात. पहाडी भागातील लोक लोकरी पायजामा व लांब कमीज घालतात. मैदानी भागातील लोक मात्र धोतर व कमीजचा उपयोग करतात. गिलगीट व लदाख भागातील लोकांचा पोषाख पहाडी लोकांसारखाच असतो. कोट, पायजामा वापरण्याची पद्धत शहरात व्यापारी व नौकरी पेशातल्या लोकांमध्ये आता रूढ झाली आहे. पाश्चात्य सूट-बूट ही वेषभूषाही सुशिक्षितांत सर्वत्र प्रचलित झाली आहे.

मजुरी करणारे गरीब लोक विशेष प्रकारची टोपी घालतात. बाकीचे लोक पगडी बांधतात. काश्मिरी फरच्या टोप्याही फार प्रसिद्ध आहेत.

लोकरीप्रमाणेच काश्मीरमध्ये रेशमाचादेखील उद्योग चालतो. श्रीनगरला सरकारी सिल्क मिल आहे. काश्मिरी सिल्क प्रसिद्धच आहे. परंतु श्रीमंत, सुखवस्तू लोकच रेशमी कपडे व वुलनच्या शाली इत्यादी वापरतात.

काश्मिरी स्त्रिया

काश्मिरी स्त्रियांना दागिन्यांची हौस आहेच. हार, चूडी, बाजूबंद, कुण्डल इत्यादी अलंकार त्या वापरतात. श्रीमंत स्त्रिया सोन्याचे दागिने वापरतात, तर गरीब स्त्रिया चांदीचे वापरतात. त्याशिवाय रंगीत रंगीत खड्यांच्या माळा, कानातले डूल, तऱ्हेतऱ्हेच्या अंगठ्या आवडीने वापरतात.

लग्न झालेल्या सुहासिनी 'डिजहरू' नामक एक विशेष प्रकारचा कानातील दागिना वापरतात. डिजहरू कानापासून सहा इंच खाली लांब अशा रेशमी धाग्यांनी लटकलेला असतो. या धाग्यांना 'अट' म्हणतात. श्रीमंत स्त्रिया ही 'अट' सोन्याचीही करतात. वर सोन्याच्या तारांची नक्षीदार 'अटहरू' असते. लग्नाच्या वेळी मुलीला तिच्या 'माल्युन' कडून-म्हणजे माहेराकडून हे सौभाग्य लक्षण-डिजहरू दिले जाते. त्यावेळी ते मोठ्या समारंभाने मुलीच्या कानात बांधण्यात येते. डिजहरूला मंगलसूत्राचे पावित्र्य व महत्त्व काश्मिरी स्त्रिया देतात. काही ठिकाणी तर प्रत्येक मोठ्या सणाच्या दिवशी माल्युनकडून मुलीला डिजहरूची भेट जाते.

खाणे-पिणे

काश्मिरी लोकांच्या खाण्यात भात- 'भत्ता' व भाजी- 'साग' असते. सकाळ- संध्याकाळ दोन वेळा जेवणाची पद्धती आहे. मुले मात्र तीन- चार वेळा खातात. 'साग आणि भत्ता' हे जेवण गरीब श्रीमंत दोघांनाही चालते.

जम्मू विभागातील लोक दाल-रोटी खातात, पण त्यांची रोटी मक्याची असते; तर जम्मू भागात ती गव्हाची बनवतात. जव, ज्वारी व शिंगाडे, ह्या अन्य खाद्य पदार्थांच्या वस्तूही आहारात असतात. त्या दळून, पिठापासून बनवतात.

काश्मीरमध्ये पुष्कळसे लोक मांसाहारी आहेत. ब्राह्मणही मांसाहार करतात. इकडील थंड हवेला मांसाहाराची गरज भासते. बकरी, कोंबडी, बदक ह्या प्राण्यांचे मांस व अंडी खाण्यात असतात. मासेही खातातच.

इकडे भाज्या विपुल प्रमाणात मिळतात. त्यामुळे भाज्या, तसेच दूध- दुभतेही खाण्यात असते. 'कडम' नावाची भाजीही विशेष आवडीची आहे.

काश्मीरमध्ये सफरचंद, नाशपाती, आंबे, पेरू, टरबूज, द्राक्षे इत्यादी कितीतरी प्रकारची फळे होतात. काश्मीर हे नानात-ऱ्हेच्या उत्तमोत्तम फळफळावळांचे कोठारच आहे! परंतु गरीब लोकांना या फळांचा आस्वाद घेता येत नाही. पैसे मिळवून देणाऱ्या ह्या पदार्थांची काश्मीरमध्ये प्रवाशांसाठी बरीच विक्री चालते. तसेच ही फळे काश्मीरबाहेरही बरीच दूरवर जातात.

चहाला काश्मिरी माणसाच्या जीवनात मोठ्या हौसेचे स्थान आहे. चहाशिवाय त्यांचे चालत नाही आणि हा चहाही एखादा कप पुरत नाही. त्याची 'समावार' नावाची खास चहादाणीच त्यासाठी लागते. समावार हे एक धातूचे भांडे असते. त्याला मध्ये पाणी तापवण्याच्या बंबाप्रमाणे गोल नळी असते. त्या नळीत निखारा टाकतात. नळीच्या बाहेर चोहोबाजूने पाणी भरतात. त्यात साखर, चहापत्ती टाकतात. हा चहा घेण्यातली त्यांची खुषी काही औरच असते!

खेड्यांतून काही लोक दुधाचा चहाही घेतात; मुस्लीम लोक नमकीन चहा अधिक पसंत करतात. हॉटेल्समधून दूध घातलेला सर्वत्र असतो तसा चहा मिळतो. चहाप्रमाणेच तंबाखू खाण्याचीही सवय पुष्कळांना आहे.

चालीरीती

चालीरीती, लोकाचार यांना एक परंपरा लाभलेली असते. काश्मीरमध्येही पारंपरिक लोकाचार आहेतच.

मूल जन्मल्यापासून सर्व संस्कार सुरू होतात. जातकर्म, उपनयन व विवाह हे संस्कार समारंभ बरेच दिवस चालतात. भिन्न भिन्न विभागात, भिन्न भिन्न जातीत यात थोडा बहुत बदलही होत असतो.

काश्मिरातील सर्व हिंदू हे ब्राह्मणच आहेत. या ब्राह्मणांना 'पंडित' म्हणण्याची प्रथा आहे. पंडित जवाहरलाल नेहरूंचे घराणे मूळ काश्मिरीच आहे. भिक्षुक ब्राह्मणांना 'बचबत' व गृहस्थ ब्राह्मणांना 'बाबू' म्हणतात. हे कठ शाखेचे असून लौगाक्षिसूत्रानुसार आपले संस्कार करतात. यांच्यातील कौल नावाचा वर्ग उच्च मानला जातो. ब्राह्मण आचार-विचाराने धार्मिक आहेत. यांच्या घराघरात एक कोठडी-खोली असते. तिला 'ठोकुर-कुठ' असे म्हणतात. या ठोकुर-कुठ मध्ये देव-देवता असतात. म्हणजे त्यांचे हे देवघरच. इथे बसून मोठ्या भक्तिभावाने ते पूजा-अर्चा करतात. पोथी वाचतात. कपाळाला गंधाचा टिळा लावतात. शहरातील असो वा खेड्यातील असो प्रत्येकाला या गोष्टी ज्ञात असतात. त्याचा परिणाम म्हणजे हिंदूंमध्ये साक्षरता अधिक आहे.

काश्मिरी पंडितांच्या घरात पूजअर्चा तर चालतेच, पण हवन, यज्ञ, श्राद्ध इत्यादी धर्मकर्मेही मोठ्या पावित्र्याने व निष्ठेने पार पाडली जातात.

हे बहुतेक शैव-पंथी आहेत; त्यामुळे शिव व शक्तीचे उपासक आहेत. शिवाच्या भैरव रूपाची उपासना अधिक प्रचलित आहे. यज्ञाचे वेळी बकऱ्याचा बळी देण्याची चाल आहे.

पूर्वीच्या काळी परदेशगमनावरून परतल्यावर प्रायश्चित्त घ्यावे लागत असे. परंतु आता ही चाल राहिलेली नाही. एखादे काम सुरू करण्यापूर्वी मुहूर्त मात्र पाहिला जातो. यात्रेला निघण्यापूर्वी मुहूर्त पाहूनच प्रस्थान केले जाते.

पुत्र जन्माचा आनंद सोहळा घरात साजरा होतो. पाचवी-पंजाब-नंतर मुलाचे नामकरण, कान टोचणे, उष्टावण, जावळ आदी विधी बालपणी होतात. नामसंस्कार मुलाच्या आत्याकडून होतो. सातव्या-आठव्या वर्षी 'मेखला' संस्कार करतात. मेखला-संस्कार म्हणजे मौंजी बंधन. यालाच यज्ञोपवीत- संस्कार असेही म्हणतात. जम्मू भागात याला 'जनेऊ' असेही म्हणतात. सर्व संस्कारांमध्ये मेखला संस्काराला फार महत्त्व दिले जाते. ह्या संस्काराशिवाय मुलगा खऱ्याखुऱ्या अर्थाने ब्राह्मण बनवण्यास लायक ठरत नाही. त्याला अन्य धर्मकृत्ये किंवा

संस्कारकर्महीं करता येत नाहीत. विवाहपूर्वी मेखला संस्कार व्हायलाच हवा असतो. या वेळी वैदिक मंत्रांनी मोठ्या पावित्र्याने मुलाला ब्रह्मचर्य-धर्माचे पालन करण्याचा उपदेश दिला जातो. प्राचीन गुरू-शिष्य परंपरेचा वारसा या संस्कारात आढळतो.

तीन पदरी यज्ञोपवीत धारण केल्यावर बटू मृगासनावर बसतो. त्याच्या एका हातात दंड व दुसऱ्या हातात चांदीचे ताम्हण असते. मग तो आपल्या नातेवाईकांकडे गुरूसाठी भिक्षा मागतो. नातेवाईक, पाहुणे बटूला ऐपतीनुसार भिक्षावळ घालतात. ती घेऊन बटू गुरुजींना अर्पण करतो व त्यांचा आशीर्वाद घेतो.

संध्याकाळी नदी-घाटावर नेऊन बटूस संध्या व प्राणायाम यांचा विधी शिकवण्यात येतो. भटजी त्याला गुरुमंत्र देतात. रात्री जेवणावळ झाल्यावर हा संस्कार कार्यक्रम संपतो.

काश्मीरमधील बहुतेक मुसलमान हे मूळचे राजपूत असल्यामुळे यांच्यामध्ये, अद्यापि पुष्कळच हिंदू चालीरीती आढळतात.

काश्मिरी मुसलमानात शिया व सुन्नी असे दोन प्रमुख पंथ आहेत. वहाबी, अहमदी, नूरबक्षी, मौलवी व नक्षबंदी हे उपपंथीय आढळतात. येथील बौद्ध लोकांत तिबेटी लामांचा धर्म प्रचलित आहे. त्यांचेही रक्तवस्त्री व पीतवस्त्री असे दोन पोटभेद आहेत. रक्तवस्त्री हा मूळ पंथ आहे. त्याचेच अनुयायी काश्मीरमध्ये आहेत.

ईश्वर, शैव, शाक्त, वैष्णव व गाणपत्य असे हिंदूंमधील पाच पंथ आहेत. पण शैव हाच प्रमुख पंथ आहे.

जम्मू, जसोत्र, रैसी, मिरपूर इत्यादी भागात शिव, रघुनाथ, कृष्ण, महावीर, भैरवनाथ, राम इत्यादी देवतांची उपासना प्रामुख्याने चालते. जम्मू प्रांतातल्या काही भागात ग्रामदेवता व कुलदेवता यांच्या प्रमाणेच सतीपूजा करण्याचीही चाल आहे. काश्मीर भागात गणेशजी, गजधर, शारदा देवी यांची व प्राचीन वीर पुरुष व संत सत्पुरुष यांची पूजा होते. पहाडी भागात नाग व काली यांची उपासना विशेषत्वाने प्रचलित आहे.

विवाहविधी

काश्मीरमध्ये अलीकडे शहरातून विवाहपद्धतीतही अन्य प्रांतांप्रमाणेच बदल होऊ लागलेले आहेत. कारण आता मुले-मुली प्रौढ व शिकलेली असतात. त्यांच्या पसंतीला प्राधान्य मिळते. परंतु जुन्याकाळी वधूवरांची निवड त्यांचे-

त्यांचे मातापिता, वडीलधारी माणसेच करीत असत.

लग्नविधीतदेखील जाती-जमाती व प्रादेशिक भिन्नत्वानुसार थोडा फार फरक आढळतोच.

जम्मू भागात पूर्वी 'साटेलोटे' करण्याची प्रथा होती. साटेलोटे म्हणजे लग्न ठरल्यावर वराच्या पित्याने आपली मुलगी वधूच्या भावाला द्यायची. म्हणजे दोन घरात आपआपल्या मुली जायच्या. मुलगी नसलीच तर त्या पित्याला दुसऱ्याची मुलगी पैसे देऊन विकत घेतल्यासारखी घ्यावी लागे किंवा वधू पक्षाला पैसे देऊन त्याची भरपाई करावी लागे.

लदाखमधील मुस्लीम समाजातही ही साटेलोटे करण्याची चाल आहे. मुलाला आपल्या भावी सासऱ्याच्या घरी चाकरी करावी लागे.

काही जमातींमध्ये आधी लुटुपुटुचे किंवा कृत्रिम लग्न करण्याची प्रथा होती. या प्रथेनुसार लग्न ठरल्यावर वधूचे लग्न एका खांबाशी लावण्यात येई आणि नंतर दुसरे लग्न त्या ठरलेल्या वराशी होई.

लदाखमधील बौद्ध समाजात बहुपतीत्वाची चाल रूढ होती. या बौद्ध लोकात आणखी एक अशी प्रथा होती की, एखादा मनुष्य वृद्ध झाला व त्याची मुलेबाळे जर लहान, अज्ञान असली तर तो वृद्ध त्या मुलांचे एखाद्या वृद्ध स्त्रीशी लग्न लावून देत असे. नंतर ती स्त्री त्या मुलांचे संगोपन करी. ती मुले सज्ञान होईपर्यंत त्यांना सांभाळण्याची जबाबदारी तिची असे.

विवाह-विधीचे वेळी मंगलाचरण, देव-देवतांचे पूजन, मंत्र-पाठ हे इकडील गणपतीपूजन, पुण्याहवाचन या विधी प्रमाणेच काश्मिरी हिंदूतही होते. काश्मिरी पंडितांमधील प्रथा निराळ्या आहेत. त्यांच्याकडील विवाहाला 'काशुर खांदर' म्हणतात.

लग्न ठरल्यावर साखरपुडा करतात तसा विधी 'सगाई' पक्की झाल्यावर इकडे होतो. त्याला 'गंडुन' किंवा 'ताक' असे म्हणतात.

विवाहाच्या वेळी वधूला मेंदी लावण्याची प्रथा आहे. राजस्थानप्रमाणे मेंदीला सौभाग्य-चिन्हाचा मान आहे.

शुभमुहूर्तावर 'बारात'- वऱ्हाड निघते. बारात निघण्यापूर्वी वधूला 'फूलोंका गहना' पाठविला जातो. काही जमातींमध्येच ही चाल आहे. लग्न, कन्यादान इत्यादी विधी होतो. वधू-पिता वराला सहा पदरी जानवे देतो. तीन पदरी जानवे यापुढे राहत नाही. ते ब्रह्मचर्याश्रमाचे प्रतीक तर हे गृहस्थाश्रमाचे प्रतीक. या नंतर वधूचे पाणिग्रहण करण्याचा त्याला अधिकार प्राप्त होतो. अग्नी-नारायणाला

काश्मिरी युवती

प्रदक्षिणा घालून व साक्षी ठेवून वैदिक मंत्रांसह अत्यंत पावित्र्याने व गांभीर्याने 'सात फेरे'- म्हणजे सप्तपदी होते. हा विधी मुख्य, महत्त्वाचा मानलेला असून भारतात सर्वत्र आढळतो. या वेळी वर-वधू गृहस्थधर्माचे पालन करण्याची गंभीर प्रतिज्ञाच करीत असतात.

विवाह-मंडपात वधू ही महालक्ष्मीस्वरूप मानली जाते. ती देवताच आहे असे समजून तिचा श्वशूर तिला वंदन करून तिच्याकडून आपल्या वंशवृद्धीसाठी, सौख्यासाठी आशीर्वाद घेतो, तर नव्याने घरी येणाऱ्या या सुनेला वडीलकीने, "तू गृहलक्ष्मी आहेस. माझ्या कुळाची व वंशाची वृद्धी कर. ईश्वर तुझे मंगल करो. सदैव सुखी व सदैव सौभाग्यवती रहा!" -असा मन:पूर्वक आशीर्वाद देतो.

विवाह-विधी चालूच असतात. त्याचवेळी वराचे मित्र, वधूच्या मैत्रिणी, दोन्हीकडचे आप्तजन जमलेले असतात. त्यांच्या थट्टा-मस्करीला, हौसे-मौजेला भरती आलेली असते. शंख, घड्याळ अशी मंगल वाद्ये वाजत असतात. मिष्टान्न भोजन, फराळ यांची गर्दी उडालेली असते. सुहासिनी, सख्या गात असतात. काश्मीरमध्ये लग्नातील प्रत्येक विधीच्या वेळी गाणी गायली जातात. संगीत समारंभच असतो. ही गाणी लग्न ठरल्यापासून, आधी दोन दोन महिने चालतात.

वधूच्या भोवती तिच्या सख्यांचा गराडा पडलेला असतो. त्या तिला नटवत- सजवत असतात. वेणी-फणी, मेंदी, अलंकार, वस्त्रे-नानाप्रकारांनी तिला शृंगारत असतात. या वेळीही गाण्यांनी वातावरण उल्हसित झालेले असते. या गीतांना 'वनवुन' म्हणतात. काही गीते विनोदी, वधू-वरांची गमतीने थट्टा करणारी-खिल्ली उडवणारीही असतात.

अखेरीस 'पोष-पूजा' हा विधी होतो. या वेळी वधू-वरांना वधूकडील वडीलधारी माणसे आशीर्वाद देतात. वधू-वरावर दुशाला टाकून त्यांना झाकून टाकतात. भटजी व इतर लोक पोषपूजेचे श्लोक म्हणतात. वातावरणात गांभीर्य भरते. वधूकडील मंडळी दोघांवर फुलांचा वर्षाव करतात. वधूला, 'सती, सीता,

सावित्री प्रमाणे पतीची व सासरच्या लोकांची सेवा कर!' असा उपदेश दिला जातो.
विवाह-विधी संपतात. मग वेळ येते मुलीच्या पाठवणीची. कालपर्यंत
आपली असलेली मुलगी आज दुसऱ्याची झालेली असते. शकुंतलेच्या पाठवणीच्या
वेळी कण्व-मुनींचेही डोळे पाणावले होते. वधू-घरी सर्वांची मने अशीच भरून
येतात. यावेळी सुहासिनी जी गीते गातात ती हृदयाला पाझर फोडणारी असतात!
एका गीतात म्हटले आहे -

बोल मेरिये बागां दी कोयलिये,
बाग छोड़ी बन की चलीये।

- माझ्या बागेतल्या बुलबुला, तू बाग-माहेर-सोडून कुठे चाललीस?
याला मुलगी उत्तर देते-

बाबुल मेरे धर्म जे कीता,
धर्म दी बद्दी आँव चली आँ।

- माझ्या पित्याने कन्यादान करून मला दुसऱ्याला दिले आहे. त्या
धर्माज्ञने बद्ध होऊन मी निघाले आहे.

मुलगी सासरी जाते. लवकरच आपल्या संसारात रमते. प्रपंचात बुडून
जाते. रहाटगाडगे सुरू राहते.

परंतु लोक-गीतांनी या जीवनालाही चवदार बनवले आहे. हर्षाचे, खेदाचे,
आनंदाचे, दुःखाचे, प्रीतीचे तसे विरहाचेही नाना रंगी अनुभव स्त्रियांनी गाण्यातून
गुंफलेले आहेत. ही एक वानगीच पहा-काश्मिरी स्त्रीची नि युद्धाची ओळख
जुनीच. प्रसंगी ती शूर पतीबरोबर समरांगणावरही गेलेली आहे. तरुण पती
युद्धावर जाताना हिने हसत मुखाने निरोप द्यायचा आणि मग त्याला यश चिंतन
करत विरहकालात त्याच्या आठवणी आळवत बसायचे. एका गीतात अशीच
एक तरुणी म्हणते आहे-

जे चलियाँ तू नौकरी चनां चाकरी,
मेरी पखडी लई जायाँ।
जे चनां लगे गर्मी जो गर्मी,
मेरी पखडी झोलि लईयाँ ।।
जे चलियाँ तू नौकरी चनां चाकरी,
मेरी ओढनी लई जायाँ।
चनां लगे सर्दी जे सर्दी,
मेरी ओढनी लई लियाँ।।

जे चलियाँ तू नौकरी चनां चाकरी,
मेरी आरसी लई जायाँ।
ले चनां लगे पुखडी जे पुखडी
मेरी आरसी बेची खायाँ ।।
जे चलियाँ तू नौकरी चनां चाकरी,
मेरी चोलडी लई जायाँ।
ले चनां लगने मण्डरा जे मण्डरा,
मेरी चोली गले लाईयाँ।।

- माझ्या चांदा, नोकरीवर जातो आहेस, तर माझा पंखा बरोबर घेऊन जा. उष्मा होईल तेव्हा या पंख्याने वारा घे.

माझ्या चांदा, नोकरीवर जातो आहेस, तर माझी ओढणी बरोबर घेऊन जा. थंडी वाजायला लागली, की ती अंगाभोवती लपेटून घे.

माझ्या चांदा, नोकरीवर जातो आहेस, तर माझा आरसा बरोबर घेऊन जा. भूक असह्य झाली, तर हा विकून भोजन कर!

माझ्या चांदा, नोकरीवर जातो आहेस, तर माझी चोळी बरोबर घेऊन जा. माझी आठवण सतावू लागेल तेव्हा ती छातीशी धर!

सण समारंभ

काश्मीरमध्ये सण-समारंभांची आणि व्रत-उत्सवांची रेलचेल आहे. सण-समारंभ किंवा व्रत-वैकल्ये याच्यामागे एक सांस्कृतिक व सर्वस्पर्शी अशी दृष्टी दिसते. त्याचप्रमाणे त्या त्या ऋतूंना अनुरूप अशी सृष्टीची एकरूपता पावण्याची वृत्तीही आढळते.

नवरेह

महाराष्ट्राप्रमाणेच काश्मीरमध्ये चैत्राचा पहिला दिवस हा नववर्षाचा प्रथम दिवस होय. चैत्राला काश्मिरीत 'चिथुर' असे म्हणतात व पाडव्याला 'नवरेह' म्हणतात. 'नवरे' अथवा 'नवरोज' ही म्हणतात. पारशी लोकांचा नववर्षदिन 'नवरोज' म्हणूनच प्रसिद्ध आहे. हा दिवस काश्मीरमध्ये मोठ्या उत्साहाने साजरा केला जातो. नवरेह या उत्सवासाठी श्रीनगरमधील लहानथोर स्त्री-पुरुष बदामांच्या बागांमध्ये जमतात. तिथल्या पर्वताच्या उतरणीवर असलेल्या शारदामंदिरात या वेळी शारदा देवीची महापूजा होते. हिंदू-मुसलमान शीख असे सर्व धर्माचे व पंथाचे लोक या वेळी शारदेला फुले वाहतात.

काही ठिकाणी आदल्या रात्री एका थाळीत तांदूळ, मीठ, बदाम, दही,

फुले, रुपया, आरसा व नववर्षाचे पंचांग ह्या वस्तू ठेवतात. नवरेहच्या प्रात:काळी घरची-बहू-सून लवकर उठून ही थाळी घेऊन घरातील प्रत्येकाकडे जाते. पण ही मंडळी अद्याप झोपलेलीच असतात. बहू त्यांना उठवते. उठल्याबरोबर एकेकापुढे थाळी धरते. एकेकजण थाळीतील प्रत्येक वस्तू पाहतो. अन्नदेवतेला प्रणाम करतो. कुटुंबात धनधान्याची समृद्धी होवो अशी प्रार्थना करतो. आरसा पाहताच हसू येते. वर्षभर असेच हसतमुख राहावे हा त्यातील अर्थ. घरात तसे बाहेरही एकमेक एकमेकांना नववर्षाचे अभीष्टचिंतन करतात. मिष्टान्नाची भोजने होतात. आप्तइष्ट मित्र जेवायला बोलावतात. थाळीतल्या तांदळाचा 'मीठा-पुलाव' साखरभात करतात. विवाहित मुलींना नवीन 'अटहरू' धाडून तिचे सुख-सौभाग्य चिंतिले जाते. या दिवशी नवीन कपडे घालतात. स्त्रिया अलंकारही घालतात. या दिवशी ठिकठिकाणी उत्सव साजरे होतात. तिथे सर्व धर्म-पंथांचे, जाती-जमातींचे लोक एकत्र येतात. खेळ, गाणे, बजावणे, इत्यादी करमणुकीचे कार्यक्रम होतात. एकमेकांना चहापानही देतात. नवरेह हा सर्वांना वर्षारंभीच एकत्र आणणारा, वसंत ऋतूतला मोठा सण आहे.

या दिवसापासून नवे पंचांग सुरू होते. पंचांगाला काश्मिरीत 'पात्रा' असे म्हणतात.

रामनवमी

भारतातील अन्य प्रदेशाप्रमाणेच रामजन्माचा उत्सव चैत्र शुद. ९ ला होतो. भजन-पूजन कीर्तन चालते.

सोंथ

चैत्रामध्येच सोंथ नावाचा आणखी एक सण येतो. त्या वेळीही नवरेहप्रमाणेच थाळी सजविली जाते.

बैसाखी

वैशाखाला काश्मिरीत 'वह्यख' असे म्हणतात. 'वह्यख'च्या पहिल्या दिवशी, शेजारच्या पंजाबप्रमाणे 'वैशाखीहुन्द-मलु' - बैसाखीचा मेला-जत्रा भरते.

या दिवशी लहान-मोठे, स्त्री-पुरुष-सर्व नदी, तलाव, सरोवर आदी ठिकाणी स्नानास जातात. नवीन वस्त्र धारण करतात. भारतात प्राचीन काळी या दिवशीच हिंदू राज्यात नववर्षारंभ मानला जात असे.

या वेळी सृष्टीनेही नवीन रूप धारण केलेले असते. नवी पाने, फुले, मोहोर यांनी तीही नटलेली असते. प्रसन्न दिसते. शेती-भाती सरसूच्या पिवळ्या रंगाने सोन्यासारखी झालेली असते. पहाडांच्या कुशीत बादामाची फुले फुललेली

असतात. पाहणाराचे मनही प्रसन्न, उल्हसित बनते.

श्रीनगरमध्ये निशातबाग व शालीमारबाग या ठिकाणी फार मोठ्या प्रमाणावर हा मेला भरतो. पुष्कळसे लोक निशातबागेत बसून दल-सरोवराचे मनोहर दृश्य पाहतात.

जन्माष्टमी

भारतातील अन्य प्रांतांप्रमाणेच काश्मीरमध्येही श्रीकृष्णजन्माचा सोहळा श्रावण वद्य अष्टमीला उत्साहाने साजरा होतो. यावेळी भजन-पूजन कीर्तन आदी चालते.

नवरात्र

अश्विन महिन्यात देवीचे नवरात्र सर्वत्र साजरे होते. जम्मूजवळ वैष्णोदेवी, श्रीनगरजवळ क्षीरभवानी ही देवीची तीर्थस्थाने फार प्रसिद्ध आहेत.

दसरा-दिवाळी

भारतातील अन्य प्रांतांप्रमाणेच दसरा-दिवाळीचा सण, विशेषत: जम्मू भागात साजरा केला जातो. काश्मीर घाटीत त्यामानाने क्वचितच साजरा होतो. दिव्यांची आरास केली जाते. शोभेचे दारूकाम चालते. लक्ष्मीपूजन, भाईदूज-भाऊबीज साजरी होते.

लोहडी

मकरसंक्रांतीच्या आदल्या दिवशी लोहडी साजरी होते. शेजारच्या पंजाबमध्ये लोहडीचे महत्त्व फार आहे. या दिवशी अग्नीची पूजा करून रेवड्या, पोहे, मका आदी अग्नीला अर्पण करतात. गाणी गातात, नृत्य करतात. काश्मीरमधील पंजाबी-शीख लोहडीचा सण मोठ्या उत्साहाने साजरा करतात.

वसंतोत्सव

माघ महिन्यात वसंत पंचमीला वसंतऋतूच्या आगमनाप्रीत्यर्थ वसंतोत्सव साजरा केला जातो. या वेळी गीतगायन, नृत्य इत्यादी चालते.

हेरथ

महाशिवरात्रीला काश्मीरमध्ये 'हेरथ' म्हणतात. सबंध काश्मीरमध्येच शैव संप्रदायाचे महत्त्व प्राचीन काळापासून असल्यामुळे ठिकठिकाणी शिवाची मंदिरे आहेत. दहा दिवस सर्वत्र मोठ्या जत्रा भरतात. या पर्वकाळात बटुक-पूजा करतात. बदाम वाटतात.

होळी

फाल्गुन महिन्याच्या पौर्णिमेला होळीचा सण साजरा होतो. जम्मू विभागात होळीचे महत्त्व फार आहे. होळीच्या वेळी नृत्य-गाणी चालतात.

अमरनाथ गुहा

गाडबत

फाल्गुनातील शुद्ध एकादशीच्या रात्री घराच्या छपरावर जेवण ठेवले जाते. जेवणात 'बत' - म्हणजे भात व 'गाड'-म्हणजे मासे हे असतातच. त्यामुळेच त्याला 'गाडबत' म्हणतात. गाडबत म्हणजे 'गृह-पूजा' आहे. भारतीय संस्कृतीने सर्वांची पूजा केली, तशी निवारा देणाऱ्या घराचीही आठवण ठेवलेली आहे. काश्मिरी पंडित लोक गाडबत सण साजरा करतात.

ईद

काश्मीरमध्ये मुस्लीम जनसंख्या पुष्कळच आहे. इस्लामी संस्कृतीतही सण आहेत, व्रते आहेत, उरूस जत्रा आहेत.

मुसलमानांचा सर्वात मोठा सण म्हणजे 'ईद' होय. सर्व जगातील मुसलमान ईद साजरी करतात. काश्मीरमध्येही करतात. नवीन कपडे घालतात. एकमेकांना 'ईद-मुबारक'- अभीष्टचिंतन करून प्रेमालिंगन देतात. ईदुज्जहाखातर बकऱ्यांची कुर्बानी दिली जाते.

जत्रा-यात्रा

काश्मीरमध्ये देवदेवतांची तीर्थस्थाने पुष्कळ आहेत. त्यामुळे जत्रा-यात्राही पुष्कळ भरतात.

अमरनाथ हे काश्मीरमधील हिंदूंचे विख्यात तीर्थस्थान आहे. १२, ७२९ फूट उंचीवर हे स्थान असून श्रावण पौर्णिमेला भारताच्या कानाकोपऱ्यातून हजारो यात्रेकरू येथे गोळा होतात. त्या वेळी अमरनाथच्या गुहेत हिममय स्वयंभू

शिवलिंगाचे भक्तजनांना दर्शन होते. गुहेच्या खाली अमरगंगा वाहते. रस्ता दुर्गम आहे, तरी यात्रिक श्रद्धेने येत असतात.

वैष्णो देवीची जत्रा दरवर्षी जम्मूपासून ३६ मैलांवरील व ५३०० फूट उंचीवरील तीर्थक्षेत्री भरते. या पर्वतीवर वैष्णव देवीची गुहा असून ही गुहा देवीने त्रिशुळाच्या प्रहाराने बनवली अशी आख्यायिका आहे. गुहेत भगवती वैष्णो देवी, महाकाली, महालक्ष्मी सरस्वती-अशा तीन पिंडी आहेत. वैष्णो देवीचीच ही रूपे आहेत. या मूर्तीच्या पावन चरणापासून निर्मळ जलधारा वाहते तिला- 'चरणगंगा' म्हणतात.

याशिवाय क्षीरभवानी येथेही देवीची यात्रा भरते.

श्रीनगरजवळील खिव नावाच्या गावी ज्वालामुखी देवीचे मंदिर आहे. आषाढ महिन्यात तिथे मोठी यात्रा भरते.

शिवरात्रीच्या वेळी अनेक शिवलिंगाच्या ठिकाणी यात्रा भरते.

मुसलमानातही पुष्कळ उरूस भरतात. सय्यद अब्दुल कादर जिलानी हा काश्मिरी मुसलमानांचा राष्ट्रीय संत होता. या शिवाय अनेक पीर व साधू यांची पूजा होत असते. मुसलमानांप्रमाणेच हिंदूही या उरुसात भक्तिभावाने सामील होतात.

★★

अमरनाथ -बर्फाचे शिवलिंग

४. भाषा आणि साहित्य

सध्याच्या काश्मीर राज्याची राजभाषा-स्टेट लँग्वेज - ही उर्दू आहे. मुसलमानांची जनसंख्या काश्मीरमध्ये मोठी असल्याने त्यांची मातृभाषा उर्दूच आहे आणि त्यामुळे काश्मीरची राजभाषा उर्दू आहे. काश्मीरमधल्या हिंदू, शीख आदींनाही पुष्कळ पिढ्यांच्या सहवासाने उर्दू भाषा अवगत झालेलीच आहे.

पंधराव्या शतकात मुस्लीम राजवट काश्मीरवर आल्यानंतर फारशी भाषा आली. फारशीतून राज्यकारभार सुरू झाला. पुढे उर्दूचा उदय झाला.

परंतु फारसीच्याही आधी मूळ काश्मीरची साहित्य-भाषा संस्कृत होती. संस्कृत भाषेची सेवा काश्मीरने फार मोठी केलेली आहे. एकेकाळी भारतात काशी व काश्मीर येथेच संस्कृत भाषा व साहित्य यांचे अध्ययन व लेखन प्रामुख्याने व वैपुल्याने होत असे.

प्राचीन काळ

काश्मीरला संस्कृतची व संस्कृतीची देणगी भारतात पंजाब व हरियाणा यांच्याबरोबरच काश्मीरलाही लाभलेली आहे. आर्य भारतात आल्यावर ज्या 'सप्तसिंधव' देशात वसती करून राहिले, त्या सप्तसिंधव देशात काश्मीरचाही काही प्रदेश होता. झेलम-वितस्ता, सिंधू, चिनाब ह्या सप्तसरितांपैकी तीन मुख्य सरिता काश्मीरच्या भूमीवरून आजही वाहत आहेत. काश्मीरला समृद्धी व सौंदर्याचा नजराणा देत आहेत. प्राचीन ऋषीमुनींनी वितस्तेची महती वेदांमध्येही गायलेली आहे.

आर्यांच्या शाखा भारतभर पसरल्या. काश्मीरमध्येही एक शाखा येऊन स्थायिक झाली. वेद व उपनिषदांमधील काही भागांची निर्मिती काश्मीरच्या भूमीवर झालेली आहे. अथर्ववेदाची पिप्पलाद शाखा इथलीच आहे. यांनी अनेक धर्मग्रंथही लिहिले.

कल्हण

काश्मीरचा गौरव व इतिहास गाणारे अनेक संस्कृत ग्रंथ प्राचीनकाळी लिहिले गेले आहेत. पण ते आता उपलब्ध नाहीत. अशा ग्रंथांचा व ग्रंथकर्त्यांचा उल्लेख 'राजतरंगिणी' ग्रंथात आढळतो. हा ग्रंथ म्हणजे काश्मीरचे भूषणच आहे. कल्हण कवीने बाराव्या शतकात याची रचना केली. हा पद्यरूप ग्रंथ आहे. हर्ष नामक एक राजा काश्मीरवर राज्य करीत होता. चंपक नावाचा एक प्रधान होता. या चंपक प्रधानाचा मुलगा म्हणजे कवी कल्हण! हा राजदरबारी वाढला. वृत्तीने कवी व बुद्धीने पंडित होता. ११०१ मध्ये हर्षाचा मृत्यू झाला. त्यानंतर कल्हण कवीने राजतरंगिणीची रचना केली. प्राचीन काळापासून ते आपल्या काळापर्यंतचा काश्मीरचा इतिहास राजतरंगिणीत आहे. आज काश्मीरच्या प्राचीन इतिहासाचे एकमेव साधन म्हणजे राजतरंगिणीच आहे! राजतरंगिणीवरून केवळ प्राचीन इतिहासच कळतो असे नाही तर काश्मीरची प्राचीन परंपरा, संस्कृती, भूगोल, तीर्थस्थाने, मंदिरे, बौद्ध-विहार आदींची माहितीही सविस्तरपणे मिळते.

राजतरंगिणी या इतिहास ग्रंथाप्रमाणेच काश्मिरी पंडितांनी अनेक विषयांवर ग्रंथरचना केली व ती समग्र भारतीय संस्कृत साहित्यामध्येही गौरवित झाली.

अभिनवगुप्त

आचार्य अभिनवगुप्त हा प्रसिद्ध काश्मीरचाच. शैव-मतावरील याचा अधिकार सर्वसामान्य होता. शैव-मताचा प्रसार काश्मीरमध्ये यानेच विस्तृतपणे केला. याने न्यायशास्त्र, काव्यशास्त्र, अलंकारशास्त्र इत्यादी शास्त्रांवर अनेक ग्रंथ लिहिले. त्याचे प्रकांड पांडित्य पाहून त्याला अन्य विद्वान 'महामहेश्वर अभिनव गुप्ताचार्य' म्हणत असत.

याचा एक पूर्वज अत्रिगुप्त म्हणून होता. हा कनोज येथे राहत होता. हाही महापंडित होता. काश्मीरचा राजा ललितादित्य याने कनोजच्या यशोवर्मावर हल्ला केला व त्याचा पराभव केला. त्या वेळी अत्रिगुप्ताची कीर्ती ललितादित्याच्या कानी आली. त्याने याची भेट घेतली. अत्रिगुप्ताची बुद्धिमत्ता पाहून राजा प्रभावित झाला आणि त्याने अत्रिगुप्ताला मोठ्या आदराने काश्मीरला आणले. त्याला सुंदर घर बांधून दिले. जहागीर दिली. तो व त्याच्या पुढील पिढ्या काश्मिरीच झाल्या.

अत्रिगुप्ताच्या वंशात त्याच्यानंतर सुमारे दीडशे वर्षानंतर वराहगुप्ताचा पुत्र नरसिंहगुप्त व त्याची पत्नी विमलकला यांच्या पोटी अभिनवगुप्ताचा जन्म झाला. हे सर्व घराणेच शास्त्री-पंडितांचे होते. अभिनवगुप्ताने परंपरेने सर्व ज्ञान

ग्रहण केले, शिवाय अन्य धर्मातील पंडित, विद्‌वान यांचेकडूनही ते मिळविले. ज्ञानासाठी तो काश्मीरच्या बाहेरही गेला होता. पंजाबमधील जालंधरच्या श्री शंभुनाथ भास्कर यांच्या चरणाजवळ मी आत्मज्ञान प्राप्त केले असे त्यानेच लिहिले आहे. तोतभट्ट नावाच्या गुरूकडून याने न्यायशास्त्राचे शिक्षण घेतले होते. या महाज्ञानी पंडिताने सुमारे चाळीस ग्रंथ लिहिले; त्यापैकी काही उपलब्ध आहेत.

शास्त्रीय ग्रंथ

अनेक शास्त्रीय ग्रंथ काश्मिरी विद्‌वानांनी लिहिले होते. वरुनन्द पंडिताने 'समरशास्त्र', तर भामह नामक काव्यशास्त्राने 'काव्यालंकार' नावाचा महान ग्रंथ रचला. या ग्रंथावर उद्‌भटाने टीका लिहिली. वामन नावाच्या पंडिताने 'काव्यालंकारसूत्र' हा ग्रंथ लिहिला.

रत्नाकर, शिवस्वामी व आनंद-वर्द्धन हे तीन साहित्याचार्य उत्पल राजवटीत होऊन गेले. रत्नाकराने 'हरिविजय' नामक पन्नास सर्गांचे महाकाव्य लिहिले. त्याला काश्मीरच्या राजाने 'राजानक' अशी पदवी दिली होती. आनंदवर्धन याने 'ध्वन्यालोक' व 'काव्यालोक' या ग्रंथांची निर्मिती केली. याने प्राकृतमध्येही ग्रंथरचना केली होती.

रुद्रट, मुकुल, इन्दुराज, जयंतभट्ट आदी कवींनीही महाकाव्ये लिहिली होती. रुद्रट हा वामनाचाच पुत्र होता.

तेराव्या-चौदाव्या शतकात व त्यापुढील काळातही अनेक पंडित, कवी काश्मीरमध्ये होऊन गेले. त्यात क्षेमेन्द्र हा विख्यात होता. क्षेमेन्द्र सर्वशास्त्रात पारंगत होता. त्याने काव्यशास्त्रावर अध्ययन केले होतेच, पण गणित, ज्योतिषनीती व चिकित्सा या शास्त्रांचाही तो चांगला जाणकार होता. त्याने पुष्कळ ग्रंथ लिहिले. 'भारतमंजरी', 'रामायणमंजरी', 'बृहत्‌कथामंजरी', 'नीतिमाला', 'नी तिकल्पतरू', 'कविकण्ठाभरण' व 'दशावतारचरित' ही क्षेमेन्द्राची प्रसिद्ध रचना विद्‌वत्‌मान्य झालेली आहे. संस्कृत-साहित्यात क्षेमेन्द्राला मानाचे स्थान आहे.

कैयट, मम्मट व सोमदेव हे साहित्यकार याच सुमारास होऊन गेले. हे महान विद्‌वान म्हणून त्याकाळी भारतभर प्रसिद्ध झाले होते. दूरदूरच्या ठिकाणांवरून अन्य विद्‌वान यांच्यासाठी काश्मीरमध्ये येत असत व त्यांच्या ज्ञानाचा लाभ घेत असत.

मम्मटाने काशीस राहून अध्ययन केले होते. व्याकरण व समीक्षा शास्त्रावरचा त्याचा अधिकारी सर्वमान्य होता.

कैयट पतंजलीच्या महाभाष्याचा पंडित होता.

सोमदेवाने 'कथासरित्सागर' या विख्यात ग्रंथाची रचना केली. संस्कृत साहित्याला ही फार मोठी देणगी सोमदेवाने दिली. यात सुमारे एकवीस सहस्त्र श्लोक आहेत. हा ग्रंथ जगभर पोहोचला. अनेक भाषांत भाषांतरित झाला. मराठीतही तो अवतरलेला आहे.

याच काळी क्षेमराज नामक पंडिताने शैव मतावर ग्रंथ रचना केली. हा क्षेमराज अभिनवगुप्ताचा शिष्य होता.

यापुढील काळात प्रसिद्धीस आलेले कवी म्हणजे बिल्हण, कल्हण, जल्हण व मंख हे होत.

बिल्हण

बिल्हणाचा काळ ११ वे शतक असे सांगतात. हा पंडित व महाकवी होता. याचा जन्म काश्मीरमधील प्रवरपुराजवळील खोनमुख गावी ब्राह्मण कुळात झाला होता. ज्येष्ठकलश हे त्याच्या पित्याचे व नागदेवी हे त्याच्या मातेचे नाव होते. याचे घराणेच वैदिक वाङ्मयाच्या अभ्यासू पंडिताचे होते. ज्येष्ठकलश हा स्वत: वैयाकरण होता. याने पतंजलीच्या महाभाष्यावर टीका लिहिली होती. बिल्हणने बालपणीच वेद, व्याकरण व काव्यशास्त्र यांचे अध्ययन केले होते. याने बरेच भारत भ्रमण केले होते. रामेश्वराहून परतताना कर्नाटकातील तत्कालीन चालुक्य सम्राट विक्रमादित्य सहावा याच्या दरबारी हा गेला होता. बिल्हणाची प्रतिभा व पांडित्य पाहून राजाने हत्ती व नीलछत्र देऊन याचा सन्मान केला. आपल्या राजसभेत 'विद्यापती' म्हणून आश्रय दिला.

बिल्हण अखेरपर्यंत तेथेच होता. तेथे त्याने 'विक्रमांक देव चरित्र' नामक महाकाव्य रचले. ते कालिदासाच्या रघुवंशाच्या धर्तीवर असून त्यात चालुक्यवंशाचे वृत्तकथन आहे.

बिल्हणाला काश्मीरविषयी फार प्रेम होते. 'काश्मिरातून केशर व काव्य निर्गत होते!' असे त्याने अभिमानाने म्हटले आहे.

बिल्हणाचे 'कर्णसुंदरी' नावाचे नाटक व 'चौरपंचाशिका' नावाचे लहानसेच प्रणयकाव्य प्रसिद्ध आहे. या प्रेमकाव्याबद्दल अशी आख्यायिका सांगतात की, बिल्हणाचे एका राजकुमारीवर प्रेम जडले. पुढे राजाला हे वृत्त कळल्यावर त्याने बिल्हणाला देहांताची शिक्षा दिली. राजदूत त्याला पकडून वधस्तंभाकडे नेत असताना वाटेत आपल्या दिव्य प्रेमाच्या स्मृतींनी भारावून जाऊन बिल्हणाने वसंततिलका छंदात ते प्रेम काव्यबद्ध केले. त्यातली प्रतिभा, रसिकता व दिव्य

प्रेमाची उत्कटता पाहून राजाने त्याची सुटका केली.

सोमपाल राजाच्या दरबारी जल्हण कवी होता. याने 'मुग्धोपदेश' लिहिल आहे.

मंख

मंख महाकवी इ. स. ११२० ते ११७० या काळात होऊन गेला. 'मंखक' या नावानेही त्याला ओळखले जाते. रुय्यक गुरूच्या आदेशावरून याने 'श्रीकंठचरित' हे काव्य लिहिले. याचे २५ सर्ग असून त्यात शंकरांनी केलेल्या त्रिपुरासुराच्या वधाचे कथानक आलेले आहे.

याचा बंधू मंत्री अलंकार याच्या घरी विद्वत्सभा भरत असे. तिचे सविस्तर वर्णन या काव्यात आहे. आनंद, कल्याण, गर्ग, गोविंद, जल्हण, पटू, पद्मराज, भुडु, लोष्ठदेव, वागीश्वर, श्रीगर्भ व श्रीवत्स या तत्कालीन कवींचे उल्लेख याने केलेले आहेत.

मंखाने 'मंखकोश' नावाचा शब्दकोशही लिहिला होता. हा लोहरवंशकाली उच्चल राजाच्या वेळी होता.

काश्मीर नरेश

काश्मीरचे काही राजेही स्वत: कवी, पंडित होते. हर्ष हा असाच एक नरेश. हा कवी होता. सहाव्या शतकात झालेला मातृगुप्त राजा हा देखील मोठा महाकवी होता. यालाच काही लोक कालिदास मानतात. मातृगुप्त हा गरीब काश्मिरी ब्राह्मण होता. भारतभ्रमण करता करता एके दिवशी उज्जैनच्या राजदरबारात आला. त्या वेळी विक्रमादित्य हा थोर रसिक व विद्वान राजा राज्य करीत होता. त्याने मातृगुप्ताची तेजस्वी प्रतिभा पाहून त्याला आश्रय दिला. पुढे काश्मीरमध्ये राजगादीवरून तंटेबखेडे माजले तेव्हा राज्यकारभार सांभाळण्याची विनंती तेथल्या काही दरबारी लोकांनी विक्रमादित्य राजाला केली. म्हणून विक्रमादित्याने मातृगुप्ताला काश्मीरचा शासक म्हणून धाडले.

कार्कोट वंशातील मुक्तापीड व जयापीड हे राजेही कवी होते.

बौद्ध काल

कुशाण राजवटीनंतर झालेल्या अभिमन्यू राजाने संस्कृत भाषेला व साहित्याला वैभव प्राप्त करून देण्याची पुष्कळ खटपट केली. कारण काही राजे बौद्धधर्मी झाल्यामुळे पाली भाषेला बरीच राजमान्यता व विद्वत्मान्यता मिळू लागली होती.

बौद्धधर्माचा बराच प्रभाव काश्मीरवर होता. हारवन येथे बौद्धगुरू नागार्जुन राहात होता, अशीही एक आख्यायिका आहे. काश्मीरमध्ये बौद्ध साहित्यही

निर्माण झाले होते. तिसरी बौद्ध संगीतिका-विद्वत् परिषद कनिष्क राजाने काश्मीरमध्येच भरविली होती.

कित्येक काश्मिरी संस्कृत ग्रंथांचा अनुवाद त्या काळी चीन व तिबेटी पंडितांनी आपल्या भाषेत केला.

तिबेटने तर काश्मीरमध्ये प्रचलित असलेली शारदा लिपीसुद्धा आत्मसात केली.

जोनराज

मुस्लीम राजवटीच्या काळी बडशाह जैनुल आद्दीन हा एक कलाप्रिय, विद्येचा चाहता असा बादशहा झाला. याच्या दरबारी जोनराज नावाचा एक काश्मिरी ब्राह्मण इतिहासकार म्हणून होता. याने 'जोनराजतरंगिणी' या ग्रंथाची रचना केली. कल्हणानंतर झालेला हा मोठा इतिहासकार व कवी. याने राजतरंगिणीच्या पुढे, म्हणजे ११४८ ते १४२० पर्यंतचा इतिहास त्या ग्रंथात वर्णिलेला आहे.

मध्यकाळ

मुस्लीम राजवटीत संस्कृतची जागा फारशीने घेतली. या मधल्या काळात सामान्य लोकांत व्यवहाराच्या दृष्टीने एका वेगळ्याच भाषेचा वापर होऊ लागला होता. १७व्या शतकापर्यंत ह्या भाषेला 'देशभाषा' किंवा 'भाषा' असेच नाव होते. पुढे कालांतराने हिला काश्मिरी लोक बोलतात म्हणून 'काश्मिरी' भाषा असे बाहेरच्यांनी म्हटले असावे व ते रूढ झाले असावे. आज सुमारे दहा हजार चौरस मैलांच्या परिसरात पंधरा लक्षाहून अधिक लोक ही काश्मिरी भाषा बोलतात. काश्मिरातही विभागश: अनेक बोली भाषा आहेत. जम्मू भागात डोगरी भाषा चालते, कश्तवाड भागात कश्तवाडी भाषा बोलली जाते. अमीर खुस्रवच्या तेराव्या शतकातील 'नुहसिपिन्ह' नामक ग्रंथात सिंधी, लाहौरी, तिलंगी, माबरी या भाषांबरोबरच 'काश्मिरी' भाषेचाही प्रथम उल्लेख सापडतो. पंजाबी, गुजराती, बंगाली, मराठी इत्यादी इंडो-आर्यन भाषांचा उद्‌गम व विकास ज्या तऱ्हेने झाला आहे, त्याच तऱ्हेने 'काश्मिरी' भाषेचाही झालेला आहे. काश्मिरीवर दारद भाषेचा प्रभाव आहे. चौदाव्या शतकापर्यंत काश्मिरी भाषा शारदा लिपीत लिहिली जात असे. परंतु राजदरबारी फारसी चौदाव्या शतकात आल्यावर तिचा परिणाम होऊन काश्मिरी लिहिण्यासाठीही तिचा उपयोग होऊ लागला. आजही पुष्कळसे लोक काश्मिरी भाषा उर्दू लिपीत लिहितात. देवनागरीचा वापर सावकाश होत आहे.

सर्व प्रथम शैवांनी आपल्या पंथ-प्रचारासाठी काश्मिरी लोकभाषेचा वापर करून घेतला. पुढे हळूहळू तिच्याच साहित्य निर्मिती होऊ लागली. आदिकाल

(इ. स. १२०० ते १४००), प्रबंधकाल (१४०० ते १५५०), गीतिकाल (११५० ते १७५०), प्रेमाख्यानकाल (१७५० ते १८००) व आधुनिक काल (१९०० च्या पुढे) असे काश्मिरी भाषेच्या विकासाचे पाच कालखंड कल्पिले जातात.

आदिकालात संत साहित्याचा प्रभाव होता. शैवदर्शन, सहजोपासना, सदाचार, अध्यात्मसाधना, पाखंड विरोध, आडंबरत्याग इत्यादी धर्म व नीती-विषयांचे प्रतिपादन करण्यासाठी संतांनी साहित्य निर्मिती केली. या साहित्यात शितिकंठ याचा 'महानय प्रकाश', ललद्यत हिचा 'वाख्य', नुंदर्योश याचे 'श्लोक' व अन्यांची 'पदे' हे सर्व प्रातिनिधिक स्वरूपात येते.

योगिनी लल्लेश्वरी

शितिकंठानंतर सुमारे शतकभराने लल्लेश्वरी नामक कवयित्रीने काश्मिरी साहित्य बरेच समृद्ध केले. लल्लेश्वरीचे काव्य आध्यात्मिक व गूढगुंजनात्मक स्वरूपाचे आहे. आत्मानुभवालाही तिने काव्यरूप दिले आहे. काश्मिरी शैव साहित्यात तिचे नाव अमर आहे. हिने शिवाची प्रियतम-भावाने उपासना केली. ती अवधूत होती. परमहंस होती. नृत्यगान व भ्रमण हे तिचे उपासनामार्ग होते. ती नाचत-गात शिवमहिमा व भक्ती यांचा प्रचार करी. काश्मिरी स्त्री-पुरुषांच्या ओठांवर आजही लल्लेश्वरीची रसाळ भजने आहेत. काश्मिरी भक्तिसाधनेत हिने एकतेला जन्म दिला. सर्व लोकांना भक्तिमार्ग खुला केला.

लल्लेश्वरीचा जन्म काश्मीरमधील पाम्पोर गावी संवत १४०० च्या सुमारास ब्राह्मण कुटुंबात झाला. या वेळी काश्मीरमध्ये व उत्तर भारतातच राजकीय दृष्ट्या अशांतता होती. बालपणी हिला प्रेमाने 'लली' किंवा 'लल' म्हणत असत. पुढे हिचा भक्तिप्रभाव पाहून हिला 'लल द्यत' म्हणू लागले. द्यत म्हणजे माता. 'लल-माता'.

वयाच्या बाराव्या वर्षी 'लल'चा विवाह झाला. सासरी गेल्यावर सासूने तिचा भयंकर छळ आरंभिला. पण हिने जराही विरोध केला नाही. शांती टाकली नाही. सासू तिला अर्धपोटी ठेवायची. एका कटोऱ्यात दगडी रेती ठेवून त्यावर भात वाढायची पण लल्लेश्वरी तेही गोड करून खायची. चरख्यावर कातताना गायची,

हशि येलि टूरिस बत लोद लले
तलकनि थोवनस कंई नीलवठ
तमि जोन अमृत ख्योन फलिफले।

–सासूने कटोऱ्यात दगडी रेती ठेवून त्यावर ललीसाठी भात वाढला. ललीने तो अमृत मानून शीत नि शीत खाल्ला!

लल्लेश्वरीच्याविरुद्ध सासूने व पतीनेही ती चेटकीण आहे, चारित्र्यहीन आहे असे उठवले. अखेर तिने गृहत्याग केला. मग ती वनातून, गावागावातून मुक्तपणाने गात हिंडू लागली. तिची मधुर पदावली ऐकण्यासाठी शेकडो लोक तिच्यामागे धावू लागले.

लल्लेश्वरीने एका शैवसंताकडून दीक्षा घेतली होती. एका पदात तिने म्हटले आहे की, माझ्या गुरूने मला केवळ एकच उपदेश दिला आहे; 'बाहेरच्यापेक्षा अंतर्मुखी होण्यातच श्रेयाची सहज प्राप्ती आहे.' हा उपदेश माझ्या जीवनसाधनेचा मूलाधार आहे.

लल्लेश्वरीच्या शैव-साधनेने संत कबीरही प्रभावित झाले होते. प्रसिद्ध सूफी संत शाह हमदानी यांची व तिची भेट झाली होती.

एका गीतात ती स्वत:विषयी म्हणते - 'मी अनेकवेळा सिंधूचे पाणी प्याले आहे, रम्य काश्मीरमध्ये अनेक जन्म घालवले आहेत, अनेक मानवीदेह धारण केले आहेत, हे सर्व ठीक आहे; पण मी लल्लेश्वरी ती लल्लेश्वरीच राहिले आहे!'

लल्लेश्वरीच्या वचनांचा व गीतांचा संग्रह काश्मिरी भाषेत 'लल्ल वाक्यानि' या नावाने प्रसिद्ध आहे. राजानक भास्कर यांनी त्यातील अधिकांश संस्कृतमध्ये रूपांतरित केला आहे.

याच काळात इस्लामी धर्मप्रचारक तैमूरलंगाने काश्मिरात धाडले. हे सय्यद लोक सूफी पंथाचे होते. त्यांच्या विचारांचा प्रभाव काश्मिरी पंडितांवर व संतांवरही झाला आणि त्यातूनच गूढ तत्त्वज्ञानाचा एक नवीन संप्रदाय तिथे निर्माण झाला. शेख नूरउद्दीन हा या पंथाचा प्रवर्तक मानतात.

प्रबंधकालात लौकिक, पौराणिक व ऐतिहासिक घटना व विषय यावर अनेक कवींनी रचना केली; पण भट्टावतार याचे 'बाणासुरवध' व गणक प्रशस्त्र याचे 'सुखदु:खचरित' ही दोन काव्ये उपलब्ध आहेत.

गीतकालात लोकजीवनातील प्रेम, हर्ष, मीलन, विरह, विषाद, खेद आदी भावनांचे चित्रण काव्यामधून झाले.

हब्बा खातून

गीतकालातील एक श्रेष्ठ दर्जाची ही कवयित्री मानली जाते. हिचे मूळचे नाव होते जूनी. जूनी म्हणजे चंद्र-चांद. जूनी आई-वडिलांची लाडकी होती.

दिसायला सुंदर होती. बालपणीच तिचे लग्न झाले होते. शेतकऱ्यांचे घर. शेतीभातीवर कष्ट करायचे. पीक काढायचे. पोट भरायचे. जूनी शेतावर जायची. राबायची. राबताना गाणी म्हणायची. जूनीचा आवाज सुरेल-गोड होता. ऐकणारा मुग्ध होऊन जायचा. जूनी प्रौढ झाली. तिचे पतीशी पटेनासे झाले. जूनीच्या सुरावटीत करुणेचा सूर मिसळला.

एके दिवशी अशीच ती शेतीवर खपत होती. मुक्त मनाने गात होती. धुंद होऊन गात होती. त्याच वेळी शाहजादा युसूफ शिकारीच्या निमित्ताने तिथून चालला होता. त्याच्या कानावर हे सुस्वर पडले. तो चकित झाला. वेडावला. शोध घेत जूनीजवळ गेला. पहिल्याच भेटीत एकमेक मोहित झाले. जूनी युसूफची राणी झाली. तिचे नाव आता हब्बा खातून झाले.

युसूफने उंच पहाडावर प्रेमनगर वसवले. जूनीचे कष्टाचे दिवस संपले. हब्बा खातून धुंद होऊन प्रेमाची गाणी गाऊ लागली. युसूफ पागल बनला. हब्बा खातूनला क्षणभरही विस्मरेना. राजकाज बाजूला राहिले. तेवढ्यात अकबराने काश्मीरवर सैन्य धाडून काश्मीर ताब्यात घेतले. युसूफला कैद करून बिहारमध्ये धाडले. तो परत कधीच आला नाही. हब्बा खातून विरहाग्नीने पोळून निघाली. तिने त्याच अवस्थेत विलापिका आळविल्या. एका गीतात ती म्हणते–

रूठिमितिस तस यारस, वन्यतोस म्योन वीलजार।
यी न त म्येनी द्रिय छसतै, करसै सर निसार।।

–सखी, माझ्या प्रियकराला माझी विरहव्यथा सांग. तो आला नाही, तर माझ्या गळ्याची शपथ आहे म्हणून सांग. माझे मस्तक मी त्याच्यावरून ओवाळून टाकले आहे.

अरनिमाल

हब्बा खातूनच्या या विलापिकांना काश्मिरी भाषेत 'लोल काव्य' म्हणतात. अरनिमाल ही देखील काश्मीरची एक प्रसिद्ध कवयित्री होऊन गेली. हिने विपत्तीतही सुख मानले. बुराईतही भलाई चिंतिली. तिच्या मुनशी भवानीदास काचरू नामक पतीने तिचा त्याग केला व दुसरे लग्न केले. अरनिमाल विनातक्रार त्याच घराच्या खाली राहू लागली. सूत कातून जगू लागली. कातताना ती पदरचना करायची. म्हणायची पतीचे प्रेम भले दुसरीवर असो. तो खुशाल आहे यातच माझी खुशी आहे आणि दुसरी तरी माझीच सवत आहे– 'तोति छम् पविनई वन्दुनैइ सत्'

'गझल'सारखी रचनाही या काळी फारसीच्या साहचर्याने होऊ लागली.

अझिज दरवेश, वहाबखार, मिर्झा काक हबिबुल्लाह, नौशहरी यांच्यासारख्या कवींनी असे धुंद काव्य लिहिले. १६५० च्या सुमारास साहिब कौल याने 'कृष्णचरित' हे काव्य लिहिले. कृष्णलीलांचे त्याने बहारदार वर्णन केलेले आहे.

प्रेमाख्यान कालात पौराणिक प्रणयकाव्ये व प्रेममार्गी मसनवी काव्ये यांची प्रामुख्याने रचना झाली. रामचरित, कृष्णलीला, पार्वतीपरिणय, दमयंतीस्वयंवर इत्यादी पौराणिक आख्यानांवर जशी काव्ये झाली, तशीच अकनंदनु, शीरींखुस्त्रव, लैला-मजनू, युसूफ-जुलेखा, गुलरेज, हमिल, ही अन्य देशीय व अन्य प्रांतीय प्रणय कथांवर आधारित अशीही काव्ये काश्मिरात झाली.

परमानंद, कृष्ण राजदान, लक्षण झ्यू ह्या कवींनी विपुल काव्यरचना केलेली आहे.

तत्कालीन राजकीय भ्रष्ट परिस्थितीवर विडंबनात्मक 'लारी शहा' नामक काव्य प्रसिद्ध आहे.

आधुनिक काल

आधुनिक काळात नव्या विचारांचे लोण काश्मीरमध्येही पोचले होते. भारतातील इतर प्रांतातील साहित्याची प्रगती काश्मिरी लेखकांनी पाहिली होती. इंग्रजी शिक्षण, स्वातंत्र्य लढा, समाजवादी विचार-सर्व नवीन जागृती दिसत होती. काश्मिरी लेखकांनीही यापासून स्फूर्ती घेतली. काश्मीरमध्येही स्वातंत्र्याची भावना उदित होत होती.

वहावपरे याचा 'शाहनामा', मकबूलचे 'ग्रीस्त्यनामा' व रसूलमीरच्या गझला त्या वेळी लोकप्रिय झाल्या. नव्या अभिव्यक्तीला सुरुवात झाली. पण गुलाम अहंमद महजूर याने काश्मिरी साहित्याच्या सृष्टीत नवीन पर्व उघडले. काश्मिरी कवितेच्या कथा अधिक रुंदावल्या, विस्तृत झाल्या. पण त्याने जुन्या गीतपरंपरेचा त्याग न करता तिच्यात नवीन प्राण भरला. एके ठिकाणी त्याने म्हटले आहे–

लोल साजस ताज लय ह्यथ।
आयि महजूरनि गजल।।

प्रीतीच्या तंतूवाद्यावर नवीन लय घेऊन मजहूरची गीते जन्मास आली.

याच सुमारास काश्मीरमध्येही राष्ट्रप्रेमाची लाट उसळली. मिर्झा गुलाम हसनबेग आरिफ व अबदुल अहमद आझाद यांनी समाजवादाचा प्रचार करणारी राष्ट्रीय कविता लिहिली.

पंडित दयाराम गंजू यांनी समाजसुधारणेची भेरी घुमवली. काश्मिरी

साहित्यात एक प्रकारचे नवचैतन्य सळसळले!

काश्मिरी काव्य विविधतेने व विपुलतेने बहरलेले असले तरी काश्मिरी गद्य मात्र तेवढे प्रगतीकारक नाही. लोककथा, कहाण्या पुष्कळ आहेत. त्यांचे नव्याने संकलनही झाले आहे. बहुतेक लोककथा या जुन्या परंपरा व धार्मिक समजुती यावर आधारलेल्या असून काही कथांमध्ये हिंदू व मुस्लीम संस्कृतीचे सुंदर मिश्रण झालेले आढळते. काश्मिरी गद्य साहित्यात बायबलचे भाषांतर व मौलवी शहा यांच्या 'तफसीर-ई-कुराण' नावाचा धार्मिक ग्रंथ प्रसिद्ध आहे. याच शतकाच्या प्रारंभी काश्मीरमध्ये नाटकाच्या पुनर्जीवनास सुरुवात झाली. काही हिंदुस्थानी नाटकांची काश्मिरी भाषेत भाषांतरे झाली. नंदलाल कौल यांची 'प्रल्हाद भगत' व 'रामूं राज्य' (रामराज्य) इत्यादी नाटके याच काळात प्रसिद्ध झाली. काही सामाजिक नाटकेही याकाळात रंगभूमीवर आली.

अलीकडल्या बदललेल्या काळात अनेक प्रौढ व तरुण लेखक-कवी नवीन पद्धतीने लेखन करीत आहेत. दीनानाथ नादिम व रहमन राही हे पुरोगामी लेखक म्हणून प्रसिद्ध आहेत. त्यांच्याशिवाय मास्टरजी, आरिफ, रोशन, कामिल, फाजिल, अलमस्त, अख्तर, उमेश कौल, लोन, पुष्करभान, हाजिनी, फिराक, चमन, बेकस, कुंदन, साकी, ख्याल हे साहित्यिक लोकप्रिय आहेत. नव्या जाणिवा घेऊन ते नवनवे प्रयोग लेखनात करीत आहेत.

★★

५.
कलाप्रिय काश्मीर

कला आणि काश्मीर यांचे नाते अतूट आहे. ज्या भूमीवर सृष्टीनेच आपली कला रेखली आहे, त्या भूमीतले लोक कलावंत, कलाप्रिय, कलारसिक असल्याशिवाय कसे राहतील! तसा काश्मीर प्रदेश गरीब लोकांचा, पण गरिबीतही काश्मिरी माणसाने कलात्मक दृष्टी जोपासली आहे. अंगावरच्या कपड्यांवर, घरातल्या भांड्यांवर, इतकेच काय, नदी-तलावातल्या शिकाऱ्यांवरूनही त्याची रसिकता लक्षात येते.

विविध झाडांची, वेलींची तर काश्मीरमध्ये नुसती रेलचेलच आहे. पण एखाद्या झाडावर भाळायचे म्हणजे तरी किती? काश्मिरी माणसाच्या जीवनात 'चिनार' वृक्षाला असेच अपार प्रेमाचे, जिव्हाळ्याचे स्थान आहे. 'चिनार' वृक्ष आहेही तसाच देखणा, डेरेदार, सदा हरित. चिनारचे पान नक्षीदार, हाताच्या पंजासारखे विलोभनीय असते. काश्मिरी माणसाचे चिनारवर फार फार प्रेम. म्हणून तर 'दैनिक चिनार', 'चिनार हॉटेल', 'चिनार ट्रान्सपोर्ट', 'चिनार टॉकीज'- नाना गोष्टीला चिनारची नावे! शालीवर, चांदीच्या व लाकडाच्या कलाकुसरीवर चिनारची देखणी पाने! एवढा चिनार व ते एकमेकांच्या जीवनात रमलेले आहेत. हा वृक्ष मदनाने पृथ्वीवर धाडला आहे अशी त्यांची श्रद्धा आहे.

औरंगजेबाची गोष्ट सांगतात. श्रीनगरची जामा मशीद लाकडाची होती. भोवती खूप चिनार होते. ती मशीद एकदा जळाली. ते वृत्त कळताच औरंगजेबाने पहिला प्रश्न केला - ''चिनार की हालत कैसी है?'' लोकांना नवल वाटले. औरंगजेब म्हणाला, ''मशीद पुन्हा बांधीन; पण चिनारचे काय करू?'' असे हे वेड लावणारे झाड. हे वेड काश्मिरी माणसाचे कलाप्रेम व सौंदर्यदृष्टीच व्यक्त करते.

संगीत

काश्मिरी जीवनच मधुर-संगीतमय आहे. प्राचीन काळापासूनच इथे वेद-

ऋचांचे गायन फुलत आले. नंतर भक्तिगीतांमधून संगीत स्त्रवले. सण-समारंभ, उत्सव, जत्रा नाना तऱ्हेच्या गीतांनी सुस्वर झाल्या. मंगल सोहळेही संगीतमय झाले. विविध गीतांनी निनादले.

काश्मीरच्या जीवनात लोकसंगीताला एक आगळे वेगळे स्थान आहे. काश्मीरच्या लोकगीतांनी आपल्या परंपरा, पुराणकथा, चालीरीती यांचे जतन केले आहे. भटक्या शाहिरांनी खेडोपाडी हिंडून जुनी गीते जिवंत ठेवली आहेत. संगीतिका नृत्यगीते, ऋतुगीते, भक्तिगीते अशी किती तरी गीते काश्मिरी खोऱ्याला संगीतमय करून सोडीत असतात.

काश्मीरला झेलमने आपल्या वाहत्या प्रवाहाने संगीत पुरवलेच आहे, पण कित्येक कवी-हृदयांच्याही तारा छेडल्या आहेत. झेलमवर कितीतरी गीते आहेत. चिनारवर आहेत. केशर हे काश्मीरचे अपूर्व देखणे व लाडके फूल! प्रेमाचे प्रतीक! पाम्पूरच्या केशराच्या बगीच्यात काम करताना स्त्री-पुरुष प्रेमगीते गातात-

यार द्रायोम पोम्परी वत्ये
कोंग पोषण रोट तत्ये! ...

- माझा प्रियकर पाम्पूरच्या दिशेने निघून गेला. केशराच्या फुलांनी त्याला अचानक पकडून आलिंगन दिले. हाय! तो तिथे आहे आणि मी इथे आहे. त्याचे मुख मला कधी बरे पाहायला मिळेल?

मुसलमानांनीही संगीताला फारच मोठे स्थान दिलेले आहे. ते संगीतशौकीनच आहेत. 'सुफीयाना कलाम' संतूर आणि सारंगीच्या साथीवर गाण्याची परंपराच आहे. या गाण्यात सर्व जाती-धर्माचे लोक भेदभाव विसरून सामील होतात. दिवस नि रात्रीच्या रात्री धुंद होऊन जातात!

काश्मीरच्या लोकसंगीतामध्ये संतूर हे वाद्य प्रामुख्याने वापरल्याचे दिसते. जुन्या संस्कृत ग्रंथांमध्ये शततंत्री वीणा अशा वाद्याचा उल्लेख आहे, तर काही तज्ज्ञांच्या मते हे वाद्य मूळ पर्शियामधून इकडे आले. या वाद्यावर कर्णमधुर रागदारी वाजवून पंडित शिवकुमार शर्मा यांनी त्याला आंतरराष्ट्रीय दर्जा प्राप्त करून दिला आहे.

नृत्य

हर्ष-आनंद व्यक्त करण्याचे सहज साधन म्हणजे सूर आणि नृत्य. काश्मीरमध्येही नृत्याची पुराणी परंपरा आहे. शिव हा नटराजच होता. नृत्यसभा, संगीतसभा, त्या काळी भरत असत. नृत्याचा आविष्कार शिवाच्या रूपात झालेलाच आहे. पण काश्मीरमध्ये ही जुनी परंपरा आता राहिलेली नसली व मुस्लीम

संस्काराचा ठसा उमटलेला असला तरी लोकनृत्याची रेलचेल आहेच.

शेतकऱ्यांना सुगीचा काळ म्हणजे धन्यतेचा, आनंदाचा काळ. काश्मिरी किसान देखील मोहोरून येतो आणि गाण्या-बजावण्यात-नृत्यात भाग घेतो.

'बच्च् नग्म' नावाचे नृत्य काश्मीरमध्ये फार लोकप्रिय आहे. सुगीच्या काळी गावोगावी हे नृत्य चालते. 'हफिज नग्मा' नामक मुस्लीम नर्तकींच्या नृत्यावरून हे नृत्य आले आहे. 'सुफीया कलाम'- संगीताच्या साथीवर 'हफिज नग्मा' हे नृत्य नर्तकी करीत असत. पण याला एक खानदानी स्वरूप होते. सामान्यांनी त्याच धर्तीवर 'बच्च नग्म' नृत्य सुरू केले. या नृत्यात तरुण मुले विशेषत: भाग घेतात, म्हणून याला तरुण मुलांनी - बच्चबच्चांनी - केलेले ते 'बच्च् नग्म' असे नाव मिळाले.

ही तरुण मुले लांब केस राखतात आणि नर्तकीप्रमाणेच पोषाख करून हुबेहूब तसाच आविर्भावही करतात.

नृत्याला प्रारंभ सलामीने होतो. नर्तक तरुण जमिनीला मस्तक टेकवून रसिकांना सलाम करतो. वाद्ये खणखणू लागतात. नृत्य सुरू होते. नर्तकाखेरीज आणखी सहा तरुण असतात. हे सहाजण गाणी गातात. घरा-रबाब, संतूर, सारंगी, तुंबकनली, सनई, ढोलकी इत्यादी वाद्ये वाजवतात. काश्मिरी, फारसी, हिंदुस्थानी भाषांतील गीते, लोकगीते, नग्मे किंवा गझले गातात-

हा गुलो! तो हि मासह वुछवन यार म्योन ।
बुलबुलो तो हि छेन्ड़तोन दिलदार म्योन ।।

- हे फुलांनो! तुम्ही माझ्या प्रियतमेला पाहिले तर नाही? बुलबुलांनो, तुम्ही माझ्या दिलदारला शोधा ना?

गाण्यापाठोपाठ गाणी एका विशिष्ट लयीत, चालीत सुरू राहतात. या गाण्यांच्या चालीला 'चकरी' म्हणतात.

'डुम्हल' नावाचे नृत्य वातल जमातीचे पुरुष करतात. रंगीबेरंगी कपडे घालतात, मणी व शंख शिंपले यांनी मढविलेली उंच शंकूसारखी टोपी डोक्यावर घालतात, हातात झेंडे घेतात आणि नर्तक मैदानात उतरतात. मध्यावर झेंडे ठेवून त्याभोवती नर्तक गोल करतात. ढोलावर टिपरू पडताच नृत्य सुरू होते. तऱ्हेतऱ्हेचे अंगविक्षेप, पदन्यास करतात. उड्याही मारतात, आरोळ्याही ठोकतात. हे नृत्य वर्षातील ठराविक वेळी निशातबाग, अनंतनाग, अच्छाबल, शादीपूर, ब्रिजबाग इत्यादी ठिकाणी चालते.

फुगडीसारखे स्त्री-पुरुषांचे संमिश्र असे नृत्य काश्मीरमध्ये आहे. त्याला 'हिक्कट नृत्य' म्हणतात. याला वाद्य-साथ नसते.

काश्मीरमधील 'भांड' लोक 'पाथेर' नावाचे नृत्य करतात, तर 'डोगरा' लोकांमध्ये 'भांगडा नृत्य' चालते. पहाडी भागात भांगडापेक्षा शांत, कोमल, भावदर्शक व कलापूर्ण असे 'कुड्ड' नृत्य चालते. हे नृत्य देवळांपुढील मोकळ्या प्रांगणात रात्री करतात. ढोल व बासरीची साथ असते, फेर धरून नर्तक नाचतात. बाकीचे गातात. ही गाणी शृंगाराची असतात.

लदाखच्या बाजूला लामा लोक मुखवटे चढवून गोम्पाच्या समोर नृत्य करतात. दुष्ट प्रवृत्तीवर सत्प्रवृत्तीची मात, असा बहुधा बौद्ध-जातकावरील एखाद्या कथेवर आधारित असा नृत्य विषय असतो.

जम्मूच्या सखल मैदानी प्रदेशात चैत्रामध्ये गावोगावी रात्रीच्या वेळी नृत्य चालते. या वेळी जी गीते म्हणतात त्यांना 'सद्द' असे नाव आहे.

ओहाड आया हाड़ आया, रुडदा आया तीला ।
खेत खेत खेत खेत सुन्ने जड़ैया रंग सुन्हेरी पीला ।।

- आषाढ आला. काड्या घरंगळत आल्या.

प्रत्येक शेत सोन्याने मढविले गेले. सोनेरी पिवळसर त्याचा रंग आहे. 'छज्जा' नामक नृत्य जम्मूमध्ये थंडीच्या दिवसात चालते. दिवसा लोक रंगीबेरंगी कागदाच्या मोराभोवती नाचतात. संध्याकाळी थंडी वाजू नये म्हणून मोराच्या

जागी शेकोटी पेटवून तिच्या भोवती नाचतात. ढोलाच्या तालाबरोबर नृत्याची लय वाढते. नर्तक पायात घुंगरू बांधतात. विशिष्ट तऱ्हेचे वेष करतात.

नाट्य

काश्मिरी नाट्याला प्राचीन इतिहास आहे. हिंदू-बौद्ध राजांनी आपल्या राजवटीत गायकांना व नटांना उदार आश्रय दिला होता. राजतरंगिणीत 'चंद्रप्रभा' नावाच्या नर्तकीचा व इतर नट-नट्यांचाही' उल्लेख आढळतो. धार्मिक दृष्टीने शिवप्रसन्नतेकरिता नाट्यकला त्या काळी विकसित झाली होती. मंदिरात तशी राजदरबारीही नाट्य-नृत्य संगीत चालत असे. क्षेमेन्द्र नामक राजाने तर आपल्या राज्यात नाट्यगृह बांधले होते, असा उल्लेख आहे.

पुढच्या मोगल, अफगाण व शीख राजवटीतही या कला चढत्या क्रमाने विकसित झाल्या. या काळातल्या नाटकांचे विषय पौराणिक असत. रंगभूषा, रंगभूमीची सजावट इकडे लक्ष पुरवले जाई. कपडे भपकेबाज असत.

चौदाव्या शतकाच्या सुमाराला 'भांड' नामक कलावंतांचा एक वर्गच काश्मीरमध्ये उदयाला आला. त्यांची नाट्यकला 'जासहन' नावाने ओळखली जाते. आजही ग्रामीण भागात जासहन लोकप्रिय आहे. नृत्य-नाट्य व संगीत अशा तिन्हींचा मिलाफ जासहनमध्ये असतो.

प्रयोगाच्या सुरुवातीला सनई, ढोल व नगारा वाजतो. मग नृत्य होते. त्यानंतर दोन विनोदी पात्रे रंगभूमीवर प्रवेश करून विनोदी संवाद सादर करतात. हे विनोदी संवाद प्रसंगनिष्ठ, ग्रामीण जीवनातलेच असतात. हा सर्व प्रकार मराठी 'तमाशा' किंवा 'लोकनाट्या'ला जवळचा वाटतो.

पुढे इंग्रजी काळात धंदेवाईक नाटक-मंडळ्या काश्मीरमध्ये अस्तित्वात आल्या. 'कृष्ण-सुदामा', 'वीर अभिमन्यू', 'खून का खून' अशी काही उर्दू नाटके रंगभूमीवर आणली.

'राजा हरिश्चंद्र' हे काश्मिरी भाषेतील नाटकही रंगभूमीवर त्या वेळी आले.

१९३८ नंतर काश्मिरी रंगभूमीवर नवयुग निर्माण झाले. तिथल्या एस. पी. कॉलेजच्या नाट्यक्लबाने जुनी परंपरा मोडून नवीन काश्मिरी नाट्यकृती सादर केल्या. वसंत गर्ल्स स्कूलने काश्मिरी संगीतिका सादर केल्या. काश्मीर-सुधार समितीच्या नाट्यशाखेने व सनातन धर्मसभेनेही आपल्या 'कलामंदिर' संस्थेच्याद्वारा अनेक नाट्यप्रयोग केले. अमरसिंग महाविद्यालयाने नव्या पद्धतीचे एक नाट्यगृहही बांधले आहे. पं. रघुनाथ उर्फ 'रुधा' यांनी काश्मिरी रंगभूमीच्या

पुनरुत्थानासाठी बरेच परिश्रम घेतले.

२६ ऑक्टोबर १९४७ हा दिवस काश्मीरच्या सांस्कृतिक इतिहासातील एक संस्मरणीय दिवस आहे. त्या दिवशी काश्मीरमधील सर्व प्रमुख गायक, नट, नर्तक, चित्रकार आणि लेखक-कवी एकत्र आले आणि त्यांनी 'काश्मीर सांस्कृतिक आघाडी' स्थापन केली.

त्याच सुमारास काश्मीरवर क्रूर टोळीवाल्यांनी हल्ला चढवला होता. काश्मीर संकटात सापडले होते. त्यावेळी या आघाडीने काश्मिरी जनतेला

अवंतीपूर - प्राचीन अवशेष

टोळीवाल्यांच्याविरुद्ध निर्भयपणाने, वीरश्रीने उभे करण्याचे महान काम केले. चित्रकारांनी टोळीवाल्यांच्या क्रौर्याची चित्र रंगवली, शाहीरांनी वीरश्रीचे पोवाडे गायिले आणि नटांनी 'शहीद-शेरवानी', 'स्वाली' अशांसारखी नाटके सादर केली. लोकात जोम, आत्मविश्वास उत्पन्न केला; एवढेच नव्हे तर या आघाडीने आपले स्वतःचे एक पथक लष्करभरतीसाठी धाडले. कलावंत आणि सैनिक अशा दोन्ही भूमिका यांनी बजावल्या!

नवीन कालानुरूप काश्मिरी रंगभूमीवरही नवनवीन प्रयोग होत आहेत.

नवनवीन लेखक, दिग्दर्शक, अभिनेते पुढे येत आहेत.

शिल्प-स्थापत्य

काश्मीरमध्ये आजही प्राचीन स्थापत्यकलेची व शिल्पाकृतींची ओळख पटविणारे भग्नावशेत आढळतात. बौद्ध धर्माच्या भरभराटीच्या काळात अनेक स्तूप, विहार, चैत्य बांधले गेले. उष्कर व हारवन येथे दोन बौद्ध-स्मारके आहेत. सुंदर बुद्ध-मूर्ती, त्याशिवाय स्त्री-पुरुष, पक्षी-पशू यांच्याही मूर्ती बुद्ध मंदिरात होत्या. विटांवर कमळफुलांची चित्रे आढळतात. काश्मीरमधील बौद्ध व वैदिक या दोन्ही शिल्पांवर गांधार शिल्पशैलीचा ठळक प्रभाव दिसतो.

कार्कोट राजवटीत अनेक मंदिरे, शिवालये बांधली गेली. इथल्या बऱ्याच विष्णुमूर्ती त्रिमुखी व चतुर्मुखी आहेत. त्रिमुखीतील एक मुख मानवाचे, एक वराहाचे व एक सिंहाचे असते. चौथे मुख असल्यास ते राक्षसाचे असते. शिवाच्याही त्रिमुखी, चतुर्मुखी अथवा पंचमुखी मूर्ती आहेत. अनंतनाग येथील नृसिंहाची मूर्ती द्विभुज आहे.

मार्तंड, अवंतीपूर, सोपूर आदी ठिकाणची मंदिरे भव्य असून ती बहुधा पंचायतनाची असावीत.

कलाकुसर

काश्मीरला कलाभूमी म्हणणेच शोभेल. कलावंतांचे हे आगरच आहे. लोकरी व रेशमी शालीवरील कशिदाकारी, अक्रोडाच्या लाकडावरील कोरीव काम, वेताच्या करंड्या, कागदाच्या लगद्यापासून बनविलेल्या विविध प्रकारच्या वस्तू व त्यावरील रंगीत चित्रकारी पाहणाराचे मन मोहून टाकते.

रेशमी शाली विणणे हा काश्मीरमधला एक प्रमुख व्यवसाय आहे. मोगल काळापासून हा चालत आला आहे. लोकरी शालीही काश्मीरमध्ये तयार करतात. या शालींवरील नाजूक, कलात्मक कशिदाकारी विख्यात आहे. काश्मीरमध्ये ही कला १५ व्या शतकात जैतुल आब्दीन शाह याने आणली. त्याने इराणमधून कलाकार आणले व त्यांच्याकडून काश्मीरमधील लोकांना ही कशिदाकारीची कला शिकविली. इराणी कलेचा प्रभाव अद्यापही काश्मिरी कशिद्यावर दिसतो. अलीकडे मात्र काश्मिरी निसर्गाचाच प्रभाव अधिक दिसतो. चिनारवृक्षाची नक्षीदार पाने, बदाम, कमळ, केशर फुले, विविध पानाफुलांच्या आकृती, वेलबुट्ट्या, बोलनट, पोपट, सुतार, मासा इत्यादी आकृत्या प्रामुख्याने दिसतात.

काश्मिरी कलेचे वैशिष्ट्य म्हणजे हे कलावंत एकेरी धागा वापरतात. पश्मिन्याच्या नाजूक शालीवरील नाजूक भरतकाम थक्क करते. रंगसंगतीमधील

कलाकुसर

मोहकता हेही काश्मिरी कलेचे वैशिष्ट्य आहे.

काश्मिरी गालिचे, नमदे, गब्बेही फार प्रसिद्ध आहेत.

चांदीच्या वस्तूंवरील नक्षीकाम, लाकडी कोरीवकाम, सुबक कातडी काम, फरच्या विविध वस्तू इत्यादी गोष्टी काश्मिरी कलाकुसरीचा व कलादृष्टीचा गौरवच सांगत असतात.

★★

६.
स्थलयात्रा

काश्मीरचे स्थलदर्शन विलोभनीय आहे. जगभरचे प्रवासी काश्मीरचे सौंदर्य-दर्शन घेण्यासाठी सतत येत असतात. उंच-उंच पर्वत, हिरव्यागार बागा, खळाळणारे जलौघ हे सर्व जसे आहे तशीच नगरे, तीर्थक्षेत्रे, प्रेक्षणीय स्थळेही आहेत.

जम्मू-श्रीनगर

जम्मू-श्रीनगर हा प्रवासही असाच रमणीय आहे. हे अंतर १८२ मैलांचे असून बसने सुमारे बारा तेरा तास लागतात. वाटेत जम्मूनंतर उधमपूर हे गाव प्रथम भेटते. जम्मूपासून हे ४२ मैलांवर आहे. पहाडात वसलेले हे छोटे, पण मोठे सुंदर गाव आहे. येथे लष्करी छावणी आहे. लष्करीदृष्ट्या उधमपूरला फार महत्त्व आहे. कुद हे गाव उधमपूरपासून २० मैलांवर आहे. पहाडावरील थंड हवेचे ठिकाण आहे. वरून खाली पाहिले असताना 'चन्दनी विद्युत् गृह' दिसते. कुदपासून ४ मैलांवर पटनीटाप हे गाव भेटते. सनासर सरोवराकडे जायला येथून रस्ता आहे.

कुदपासून १२ मैलांवर बटोत हे गाव भेटते. ५, १७० फूट उंचीवर हे वसलेले आहे. याची तुलना मसुरीशी करतात. येथील हवा थंड, आरोग्यदायी व उत्साहवर्धक आहे. येथे चिनाब नदीही भेटते. पुढे काजीकुण्डपर्यंतचा मार्ग पहाडी आहे. एकामागून एक असे अनेक पर्वत ओलांडावे लागतात. दूर पहाडांच्यावर पडलेले बर्फही चकाकताना दिसते.

बटोतपासून १७ मैलांवर 'रामबन' आहे. खळाळणाऱ्या चिनाबच्या काठाकाठाने रामबनपर्यंतचा रस्ता जातो.

पुढे लागते बनिहाल. ५,६५० फूट उंचीवर वसलेले आहे. हे एक सुंदर गाव आहे.

बनिहालच्या पुढे पीर पंजालच्या प्रसिद्ध पहाडातून दोन किलोमीटर

श्रीनगरला जाणारा एक रस्ता

लांबीचा 'जवाहर टनेल' नामक बोगदा लागतो. हा बोगदा २२ सप्टेंबर १९५६ रोजी तेव्हाचे राष्ट्रपती डॉ. राधाकृष्णन् यांच्या हस्ते वाहतुकीसाठी खुला झाला. यामुळे श्रीनगरचे अंतर १८ मैलांनी कमी झाले.

पुढे लागते काजीगुंड. पीर पंजालची पहाडी पार केल्यावर खाली हे गाव लागते. येथून काश्मीरचे खोरे सुरू होते.

काजीगुंडनंतर खन्नाबाल व त्यानंतर अवंतीपूर. हे गाव झेलमच्या किनारी वसलेले आहे. कौरव-पांडवांच्या मंदिराचे भग्नावशेष येथे आढळतात.

पुढे भेटते पाम्पोर. येथून श्रीनगर ८ मैल राहते. पाम्पोर प्रसिद्ध आहे, तेथील केशरांच्या बगीच्यासाठी. रस्त्याच्या दोन्ही बाजूंनी केशराच्या बागा आहेत. जांभळी चिटुकली, नाजूक फुले फुलल्यावरचे दृश्य फारच विलोभनीय, अपूर्व दिसते!

श्रीनगर

काश्मीरमधले हे सर्वांत मोठे नगर व काश्मीरची ग्रीष्मकालीन राजधानी. श्रीनगर सम्राट अशोकाने वसविले अशी एक आख्यायिका आहे; तर ते श्रीनगर कालाच्या उदरात विलीन होऊन गेले आणि आजचे श्रीनगर राजा प्रवरसेन याने वसविले अशी दुसरी आख्यायिका आहे.

समुद्रसपाटीपासून श्रीनगरची उंची ५,२०० फूट आहे. या नगरीचा विस्तार ८ मैल लांब व ४ मैल रुंद एवढा आहे. झेलम नदीच्या दोन्ही तीरांवर ही नगरी वसलेली आहे. उद्याने, मंदिरे, मशिदी व पूल यांचीच ही जणू नगरी आहे.

एक दृश्य - श्रीनगर

झेलम नदीवर या नगरीत जुने नवे असे दहा पूल आहेत. पुलाला काश्मिरात 'कदल' म्हणतात. या पुलांची नावे अशी आहेत-

अमीरा कदल, हब्बा कदल, जैना कदल, फतेह कदल, अली कदल, सफा कदल, नवा कदल, बडशा ब्रिज, जीरो ब्रिज व छत्ताबल वियर.

यातील अमीरा कदल मोठा नि महत्त्वाचा आहे. जीरो ब्रिजपासून अमीरा कदलपर्यंत झेलमच्या दोन्ही तीरांवर अनेक सुंदर, सुंदर 'हाऊसबोटी' तरंगताना दिसतात. काठावर चिनारच्या वृक्षांनी आच्छादित असा देखणा रस्ता आहे. काश्मिरी कलाकुसरीची दुकानेही आहेत.

श्रीनगरच्या कोणत्याही भागातून नगरीच्या मध्यवर्ती असलेली टेकडी व तिच्यावरील एक देऊळ दिसते, याला शंकराचार्य-टेकडी म्हणतात. या टेकडीची उंची १००० फूट आहे. माथ्यावर एक प्राचीन शिवमंदिर आहे. ते इ. स. २०० पूर्वी अशोकाचा पुत्र जालुक याने बांधले. पुढे ललितादित्याने त्याचा जीर्णोद्धार केला. श्रीनगरमधील हे फार प्रसिद्ध मंदिर आहे. आद्य शंकराचार्य इथे आले होते, अशी आख्यायिका आहे. या टेकडीवरून श्रीनगरचे लोभनीय असे विहंगम दर्शन घडते.

श्रीनगरच्या परिसरात बरीच उद्याने आहेत. त्यातील प्रसिद्ध उद्याने पुढीलप्रमाणे आहेत-

मुगल बाग

बुलिवर्ड रोडवर ही बाग आहे. ही मोगल बाग फार विख्यात असून हिला श्रीनगरचे हार्ट-हृदय म्हणतात.

नेहरू पार्क

श्रीनगरपासून तीन मैलांवर हे नवीन उद्यान आहे. दलसरोवराच्या मधल्या टापूवर हे उद्यान असून शिकाऱ्यातून जलविहार करीत तेथे जावे लागते. सायंकाळी सारे पार्क जेव्हा विद्युतदीपांनी झगमगून उठते तेव्हा ते फारच सुंदर दिसते.

चष्मेशाही (रॉयल स्प्रिंग)

श्रीनगरपासून पाच मैलांवर एका छोट्या पहाडीवर ही बाग आहे. मोगल बादशहा शहाजहान याने ही बाग केली. इथले निसर्गसौंदर्य व शांत वातावरण मन मुग्ध करून टाकते. या बागेत एक थंड पाण्याचा झरा आहे. याचे पाणी बर्फासारखे अत्यंत थंड आहे. आरोग्यालाही चांगले, पाचक आहे. या बागेत विविध प्रकारची फुले सदैव उमललेली दिसतात. प्रवासी लोकांसाठी सरकारने लहान लहान 'हटस्' बांधलेल्या आहेत. या बागेला 'प्रेम का बाग' असेही म्हटले जाते.

येथून जवळच 'गव्हर्नर भवन' व श्रीनगर दुग्ध स्कीम-डेअरी आहे.

निशात बाग (सुखाचे नंदनवन)

चष्मेशाहीपासून अडीच मैल अंतरावर सडकेला लागूनच दल-सरोवराच्या काठी 'निशात बाग' आहे. या बागेची रचना पायरी पायरीसारखी टप्पेदार आहे. नूरजहानचा भाऊ आसफ जहाँ याचे स्मरण ही बाग करून देते.

निशातबागेच्या मधूनच पाण्याचा एक प्रवाह जातो. त्यात अनेक कारंजी आहेत. फळा-फुलांची विविध झाडे, मखमली हिरवळ, चिनारांचे गर्द वृक्ष निशात बागेची शोभा वाढवत आहेत.

शालीमार बाग (प्रेमोद्यान)

श्रीनगरपासून १० मैल अंतरावर ही बाग आहे. जहांगीर व नूरजहान यांच्या प्रेमकहाणीची स्मृती ही बाग देते. ही सर्वांत मोठी बाग असून येथे पुष्कळ कारंजी आहेत. फुलांचे रंगीबेरंगी ताटवे, हिरवळ, फळझाडे यांनी ही बाग शोभिवंत दिसते.

नसीमबाग (प्रभात वात उद्यान)

शालीमारपासून ३ मैलांवरील ही बाग निशातच्या दुसऱ्या बाजूस आहे. अकबराने ही बाग केली. चिनार वृक्षांची शीतल छाया आणि प्रातःकाळी सरोवराच्या पाण्यावरून येणाऱ्या शीतल वाऱ्याच्या झुळुका उल्हसित करतात.

हार्वन

ही बाग आणि सरोवर दोन्ही आहे. श्रीनगरपासून १२ मैलांवर हार्वन बाग आहे. या सरोवराचेच पाणी श्रीनगर शहराला पुरवले जाते.

दल-सरोवर

काश्मीरमधील हे सर्वांत सुंदर सरोवर आहे. श्रीनगरच्या जवळच आहे. दलगेटजवळ अनेक सुशोभित शिकारे उभे असतात. काही प्रवाशांना घेऊन तरंगत चाललेले असतात. दल सरोवरातही पुष्कळ अद्ययावत सुखसोयींनी युक्त अशा हाऊस बोटस् आहेत. हाऊस बोटीतले वास्तव्य हा एक मौजेचा वेगळा अनुभव आहे.

हारी पर्वत

श्रीनगरपासून ४ मैल अंतरावर एक टेकडी आहे. टेकडीवर शारदेचे मंदिर व अकबर बादशहाने बांधलेला पुराणा किल्ला आहे. टेकडीवरच एका बाजूला मुसलमानांची मोठी जियारतगाह आहे.

प्रसिद्ध 'जामा मशीद', 'हजरत बाल मशीद', 'पत्थर मशीद' आदी मुस्लिमांची पवित्र प्रार्थनास्थळे येथे आहेत.

याशिवाय श्रीनगरमध्ये 'काश्मीर आर्ट एम्पोरियम', 'गव्हर्नमेंट सेंट्रल मार्केट', 'म्युझियम', 'गव्हर्नमेंट सिल्क फॅक्टरी', 'रेशमखाना' इत्यादी प्रेक्षणीय स्थळे आहेत.

काश्मीरमध्ये पुष्कळच दर्शनीय स्थळे आहेत. श्रीनगरपासून बस अथवा टॅक्सीने प्रवासी तेथे जातात. पुढील सौंदर्य-स्थळे व तीर्थस्थाने प्रसिद्ध आहेत.

दल - सरोवर

गुलमर्ग

श्रीनगरपासून २८ मैलांवर हे एक जगप्रसिद्ध सुंदर ठिकाण आहे. 'गुलमर्ग' म्हणजे 'फुलांचा आगर!' ८५०० फूट उंचीवरील या ठिकाणापर्यंत पूर्वी बसमार्ग नव्हता. परंतु हल्ली तो झाला आहे. वाटेत मागाम, टनमर्ग इत्यादी स्थळे भेटतात. टनमर्गच्या वर पहाडावर देवदारवृक्षांनी आच्छादलेले गुलमर्ग आहे. टनमर्ग येथून प्रवासी घोड्यांवरूनही गुलमर्गला जाऊ शकतात.

गुलमर्गपासून साडेतीन मैलांवर खिलनमर्ग आहे. गुलमर्गला जाणारे यात्री खिलनमर्गला जातातच. येथे बारा महिने बर्फ पडत असते. अफरवट सरोवर, लिएनमर्ग, बाबाऋषि, कांतारनाग आणि तोप मैदान ही सहलीची आणि वनभोजनाची सौंदर्यस्थाने येथून जवळच आहेत.

एरवी हिरवीगार दिसणारी गुलमर्गची वनश्री डिसेंबर महिन्यात स्फटिकवत् बर्फाच्या ढिगाखाली गडप होऊन जाते. या वेळी या ऋतूत खेळ खेळणारे रसिक व खेळाडू षौकीन मोठ्या संख्येने येथे जमतात व हिमक्रीडेची व बिनचाकाच्या गाड्यातून बर्फावरून हिंडण्याची मजा लुटतात.

लोलाब खोरे

वुलर हे आशियातील ताज्या पाण्याचे सर्वात मोठे सरोवर याच खोऱ्यात आहे, ही या खोऱ्याची ख्याती अभिमानाने सांगता येते. या खोऱ्यात देवदार वृक्षांची फार मोठी वने आहेत. येथल्या भूमीवरील हिरवेगार गवत अत्यंत मऊ मऊ असते. सफरचंदे, अक्रोड, पीअर इत्यादी फळे या खोऱ्यात मोठ्या प्रमाणावर होतात. प्रवाशांसाठी येथील वनात 'हटस्'- कुट्या बांधलेल्या आहेत.

सोनामर्ग

'सोनामर्ग' म्हणजे सोनेरी रंगाच्या गवताचे मैदान. श्रीनगरपासून ५० मैलांवर हे सौंदर्यस्थळ आहे. निसर्गसौंदर्य व भव्यता येथे एकत्र दिसतात. रुपेरी फरची व निळ्या पाईन वृक्षांची खूप मोठी जंगले येथे आहेत. हंगामात जमीन फुलांच्या गालिच्यांनी झाकून जाते.

थाजीवास

हे ठिकाण सोनमर्गपासून जवळच असून वाटेत घटकाभर मुक्काम करण्यास फार सोयीचे आहे. निसर्गत:च एकमेकांपासून वेगळी झाल्यामुळे भिन्न भासणारी अनेक छोटी छोटी मैदाने व पठारे येथे आहेत आणि थाजीवास पर्वतांवरून वाहणाऱ्या हिमनद्यांचे दृश्य तर मानवी हृदयाला थक्क करून सोडते!

गांदरबल

श्रीनगरपासून हे स्थळ १४ मैलांवर आहे. हे सिंध नाल्याच्या एका तीरावर वसलेले असून मच्छीमारीसाठी प्रसिद्ध आहे. येथे राहायला हाऊस बोटसही आहेत.

यूसमर्ग

श्रीनगरपासून नैऋत्य दिशेला २९ मैलांवर असलेले हे सौंदर्यस्थळ म्हणजे पर्वतराजीच्या ऐन मध्यभागी वसलेले एक छोटे कुरणच आहे.

कोकरनाग

येथील पाण्यात वैद्यकीय गुणधर्म असून रोग्यांना रोगमुक्त करण्याबद्दल त्याची प्रसिद्धी आहे. आच्छबलपासून ११ मैलांवर हे खोऱ्यात वसलेले आहे. मच्छीमारीसाठीही हे उत्कृष्ट ठिकाण आहे.

पहलगाम

लिडार नदीवरील हे रमणीय असे ठिकाण आहे. श्रीनगरपासून ६० मैलांवर असून याची उंची ७२०० फूट आहे. सबंध काश्मीरमधील एक अत्यंत निसर्ग सुंदर ठिकाण अशी पहलगामची ख्याती आहे. सनसर शेषनाग, अमरनाथ गुंफा, तारसर, आरू, लिडेरवाट व कोलाहोई हिमनदी या अत्युच्च उंचीवरच्या पर्वतप्रदेशाच्या गाभ्यात वसलेल्या आणि वनश्रीने नटलेल्या ठिकाणी पहलगामहूनच जाता येते. लिडार नदीच्या पात्रांवर काही ठिकाणी 'ट्राऊट' मासे पकडण्यासाठी चांगल्या जागा राखलेल्या आहेत. गोल्फचे सुंदर मैदानही येथे आहे.

एक दृश्य - पहलगाम

मटन

अनंतनाग जवळ पहलगामच्या वाटेवरच 'मार्तंड' अथवा 'मटन' हे तीर्थक्षेत्र येते. येथे पुराणे सूर्यमंदिर आहे. मंदिराजवळच छोटा जलप्रवाह असून, त्यात पुष्कळ मासे मिळतात. हा प्रवाह नदीरूप असून हिला चाखा नदी म्हणतात. या नदीच्या काठी श्रद्धाळू लोक पूर्वजांचा श्राद्धविधी करतात.

जवळच डोंगरात मार्तंड मंदिर आहे.

वुलर

हे ताज्या पाण्याचे आशियातील सर्वांत मोठे सरोवर आहे. याचे क्षेत्रफळ १४ मैल आहे. याचे पाणी गडद हिरव्या रंगाचे असते. शरद ऋतूमध्ये हौसेने मासे पकडणाऱ्या लोकांची, विशेषत: 'महासीर' या प्रसिद्ध जातीचे मासे पकडणाऱ्यांची येथे खूपच गर्दी होते.

वुलर सरोवराचे पाणी खोल असून त्यात भूतकाळी बरीच मंदिरे, बेटे, राजवाडे व शहरे गडप झाली असावीत अशी आख्यायिका आहे. पुष्कळदा हे सरोवर शांत असते, पण कधी कधी त्यावर प्रचंड वादळेही होतात. काठावर फळबागा, उद्याने, पुष्पवाटिका आहेत.

मानसबल

श्रीनगरपासून १८ मैलांवर हे सरोवर आहे. निर्मळ चकचकीत पाणी, आणि भोवतीची हिरव्यागार टेकड्यांवरील वनश्री यामुळे हे ठिकाण फारच शोभिवंत दिसते. वसंतऋतूत जेव्हा पिवळी-निळी फुले इथे फुलतात तेव्हा अपूर्व रमणीय दृश्य दिसते.

या शिवाय काश्मीरमध्ये आंचर, अफरवट, गंगाबल, शेषनाग, कोन्सारनाग, विष्णुसर व कृष्णसर, तारसर व मारसर इत्यादी लहान-मोठी अशी सरोवरे आहेत.

क्षीरभवानी

या क्षेत्राला 'खीर-भवानी' असेही म्हणतात. तुलामुला हे गाव श्रीनगरपासून १६ मैलांवर असून तेथे हे क्षीरभवानीचे मंदिर आहे. प्रत्येक महिन्याच्या अष्टमीला तेथे देवीची यात्रा भरते. आषाढी यात्रेला तर खूपच मोठी यात्रा भरते.

येथे एका कुंडात देवीचे मंदिर आहे. असे सांगतात की, देशावर काही संकट येत असताना या कुंडातल्या पाण्याचा रंग बदलतो! तसेच मांस भक्षण करून जर कोणी मंदिरात गेला तर त्याची हानी झाल्याशिवाय राहत नाही. हे मोठे जागृत देवस्थान आहे. अनेक भक्त येथे नवस फेडण्यासाठी, मुलांचे जावळ काढण्यासाठी अशा धार्मिक कार्यासाठी येतात.

मटन येथील मंदिर

जम्मू

काश्मीरची हिवाळी राजधानी येथे असते. पठाणकोटपासून जम्मू ६५ मैल अंतरावर आहे. समुद्र सपाटीपासून याची उंची १००० फूट आहे. जम्मूला देवळांचे शहर म्हणता येईल, इतकी देवळे या शहरात आहेत. जम्मू शहर हे एक फार महत्त्वाचे व्यापारी केंद्र आहे. श्रीनगरला जाताना वाटेत मुक्कामाच्या सोयीसाठी जम्मूचा उपयोग आहे.

जम्मूमधील 'रघुनाथ मंदिर' प्रशस्त आहे. गावाच्या मध्यवर्तीच आहे. याशिवाय रणवीरेश्वर मंदिर, शिवमंदिर, तलब खाटिकान मशीद, सुंदरसिंह गुरुद्वारा, सिंहसभा गुरुद्वारा, चर्च आदी प्रार्थनास्थळेही आहेत.

जम्मू प्रदेशात प्रेक्षणीय अशी पुढील सहलींची स्थळे आहेत.

श्रीवैष्णो देवी

जम्मूपासून कात्रा मार्गाने ३६ मैलांवर वैष्णो देवीची गुंफा - गुहा आहे. या गुहेची लांबी १०० फूट असून आत जाण्याचा मार्ग बराच अरुंद आहे. येथे नवरात्रात दर साल हजारो यात्रेकरू येतात. चरणगंगा हे नाव असलेला पाण्याचा छोटा प्रवाह गुहेत देवीच्या मूर्तीच्या खालून वाहतो. देवीच्या पायाशी पोहोचण्यासाठी भक्तांना पाण्याच्या या प्रवाहातून जावे लागते. यात्रेकरूंच्या मुक्कामासाठी येथे धर्मशाळा इत्यादी आहेत. नवरात्राच्या पहिल्या दिवसापासून येथील यात्रा सुरू

रघुनाथ मंदिर - जम्मू

होते, ती पुढे अडीच महिने चालू राहते.

अगारजित्तो

कात्रा-रियासी मार्गावर कात्रापासून ५ मैलांवर हा एक मठ आहे. बाबा जित्तू या साधूच्या स्मरणार्थ तो बांधलेला आहे. उत्तर भारतातून हजारो यात्रेकरू येऊन बाबा जित्तूला भक्तांजली वाहतात.

शुद्ध महादेव

हे एक श्रीशिवाचे प्राचीन मंदिर आहे. हे नुसते यात्रेचेच ठिकाण नसून तेथील उत्तम हवापाण्यामुळे आरोग्यधाम म्हणूनही त्याची प्रसिद्धी आहे.

किश्तवार

हवा खाण्याचे हे सुंदर ठिकाण हिमालयाच्या मध्यभागी वसलेले असून तेथे हिरव्यागार गवताचे खूप मोठे कुरण आहे. आरोग्यवर्धक हवा व गुणकारी पाणी यासाठी या स्थळाची प्रसिद्धी आहे.

मनूसार

दोन मैल लांबी-रुंदीचे हे निळ्या व खोल पाण्याचे सरोवर टेकड्या आणि देवदारचे जंगल यांनी वेढलेले आहे. प्रवाशांसाठी येथे उत्तम सोयी आहेत.

असे हे देखणे काश्मीर!

७.
विकासोन्मुख काश्मीर

भारतीय स्वातंत्र्याबरोबरच काश्मीरचेही नष्टचर्य संपले. टोळीवाल्यांनी हल्ला केला आणि काश्मीरचे भारतात विलीनीकरण झाले. तेव्हापासून काश्मीरचे भाग्य भारताच्या भाग्याशी निगडित झाले. प्राचीन संबंध, नातेगोते परत जोडले गेले.

'काश्मीर'ला 'पृथ्वीवरचा स्वर्ग' किंवा भारताचे 'नंदनवन' म्हटले जाते. अशा शब्दांनी गौरव करावा असेच काश्मिरी सृष्टीचे लावण्य आहे.

काश्मिरी लावण्याचा मोह रसिक प्रवाशांना न पडला तरच नवल! केवळ भारताच्याच नव्हे तर जगाच्या कानाकोपऱ्यातूनही सौंदर्याचे पूजक, यात्रिक, काश्मीरमध्ये सतत येत असतात. काश्मिरी सौंदर्याचा, हवेचा व मेव्याचा आस्वाद घेत असतात.

या दृष्टीने शासनाने काश्मीरमध्ये प्रवाशांच्या पुष्कळच सुखसोयी ठायी ठायी केलेल्या आहेत.

टूरिस्ट रिसेप्शन सेंटर

काश्मीरमधील सफरीच्या संदर्भात सर्व प्रकारची माहिती प्रवाशांना या सेंटरमधून मिळू शकते. श्रीनगरमध्ये हे सेंटर आहे. याचे कार्यालय दल-गेटजवळ आहे. कार्यालयाची मोठी भव्य इमारत आहे. त्या इमारतीत 'डायरेक्टर ऑफ टूरिझम', 'डायरेक्टर ऑफ फिशरीज', 'इंडियन एअरलाईन्स कॉर्पोरेशन', 'टूरिस्ट बस सर्व्हिस' आणि 'नॉर्दन रेल्वे आऊट एजन्सी' ही कार्यालये आहेत. प्रवाशांच्या सोयीसाठी उपाहारगृह, पोस्ट ऑफिस इत्यादींचीही व्यवस्था आहे. प्रवाशांना राहण्या-जेवण्याचीही सोय आहे.

डायरेक्टोरेट ऑफ टूरिझम

जम्मू-काश्मीर राज्य सरकारचे हे कार्यालय आहे. याच्या उपकचेऱ्या

कलाकुसरीच्या वस्तू

भारतातील काही प्रमुख शहरात आणि जम्मू-काश्मीरमधील सफरीच्या गावीही आहेत. मुक्कामासाठी जागा, वाहनांची व्यवस्था आणि एकंदर प्रवासाच्या कार्यक्रमाचा तपशील, वेळापत्रक इत्यादी कामात हे कार्यालय प्रवाशांना साहाय्य करते.

प्रवासासाठी 'जम्मू आणि काश्मीर सरकार ट्रान्सपोर्ट'च्या सुखसोयींनी युक्त अशा 'अ' वर्गाच्या बसेस आहेत. सरकारी बसेसशिवाय 'काश्मीर टूरिस्ट बस सर्व्हिस' व इतरही काही खाजगी बसेस आहेत.

काश्मीर हे प्रामुख्याने प्रवासी लोकांचे सहल-स्थळ असल्यामुळे येथील व्यापारधंदा त्या अनुषंगानेच चालतो. काश्मीरमधील फळफळावळ, शाली, गालिचे, नमदे, चांदीची नक्षीची भांडी व वस्तू, कोरीव लाकडी-वस्तू, वेताच्या वस्तू, कागदी वस्तू इत्यादी व्यवसाय प्रवाशांच्यामुळे तेजीत असतात. सरकारने अशा व्यवसायाला सर्व प्रकारच्या मदतीची सोय उपलब्ध केलेली आहे. व्यावसायिकांची सहकारी मंडळे स्थापन झालेली आहेत. त्यांच्या उत्पादनाची विक्री-व्यवस्थाही केलेली आहे. त्यासाठी केवळ काश्मीरमध्येच नव्हे तर भारतातील अन्य मोठमोठ्या

शहरातूनही 'काश्मीर एम्पोरियम' उघडलेले असून त्यातून काश्मिरी शाली, कपडे, साड्या व कलाकुसरीच्या विविध वस्तू ग्राहकांना मिळतील अशी सोय करण्यात आलेली आहे.

शेती हाच काश्मिरी किसानांचा प्रमुख उद्योग आहे. शेतीच्या दृष्टीनेही शासनाने किसानांना विविध सवलती उपलब्ध करून दिलेल्या आहेत. पाण्याची समृद्धी काश्मीरमध्ये आहेच.

सहा लाख हेक्टर लागवडीखालच्या जमिनीपैकी दीड लाख हेक्टर जमिनीला कालवे व अन्य साधनांद्वारे पाणी पुरवठा केला जातो. बाकी शेती पावसावर अवलंबून असते. निरनिराळ्या भूप्रदेशांत निरनिराळे कालवे आहेत. मार्तंड, शकफुल, शर्बकुल, लालकुल, झैनागिर, दाडीकुल, नूर, झैनापूर, सुम्बल, झरकुल, नंदीकुल, परिमपुर, माहिंद, अवंतीपूर, कायल, ऋषिपोरा, बाबूल असे १७ मोठे व चंडोसा, बेओराछानी, गंद, मालोरा, रिखिलेतर, गोरखा, अवनपुरा आणि ब्रिंजल असे ८ छोटे कालवे, त्याशिवाय उपसा सिंचनाच्या प्रकल्पाद्वारे सिंचन व्यवस्था केली जाते. वेगवेगळ्या ठिकाणी जलविद्युत योजनांच्या २० प्रकल्पांद्वारे ७५८. ७ मेगावॅट वीज निर्माण केली जाते. यात चिनाब नदीवर ५, झेलमवर ६, सिंधूवर ८, रावीवर १ असे जलविद्युत आणि मध्य भागात ३ औष्णिक विद्युत प्रकल्प आहेत.

राज्यात विद्युतनिर्मितीची एकंदर क्षमता २३५६ मेगावॅट असून त्यातील ६०९ मेगावॅट औष्णिक, ७७ मेगावॅट आण्विक, १५३९ मेगावॅट, जलविद्युत तर १३० मेगावॅट अपारंपरिक स्त्रोतातून मिळणारी वीज आहे.

काश्मीरमध्ये लघुउद्योगांचे प्रमाण बरेच मोठे आहे. तसेच वुलन व सिल्क व्यापारही मोठा आहे. शासनाने या धंद्यांना उत्तेजन देणाऱ्या अनेक योजना आखलेल्या असून सरकारी सिल्क मिलही श्रीनगर येथे काढलेली आहे. खादी ग्रामोद्योगासही उत्तेजन दिलेले आहे.

दळणवळणासाठी साधने व सडका सर्वत्र होत आहेत. त्यामुळे प्रवास व मालवाहतूक सोयीची झाली आहे.

काश्मीर खोरे व जम्मू यांच्यातील दळणवळण अधिक सुरळीत होण्याच्यादृष्टीने बनिहाल ते काझीगुंड रेल्वेमार्ग २६ जून २०१३ रोजी पंतप्रधान डॉ. मनमोहनसिंग यांच्या हस्ते राष्ट्राला अर्पण केला गेला.

पशु-पालन व मच्छीमारी हा एक मोठा उद्योग काश्मीरमध्ये चालतो. हौशी प्रवासीही मच्छीमारीला जातात. या धंद्यांना उत्तेजन देण्याच्या योजना

कार्यान्वित झालेल्या आहेत.

काश्मीरमध्ये शिक्षण आता गावोगाव पोहोचले असून प्राथमिक शिक्षणापासून ते एम. ए. पर्यंतचे शिक्षण मोफत दिले जाते. शिक्षणाची एवढी सवलत असलेले काश्मीर हेच एकमेव राज्य भारतात असेल!

राज्यात पुढील युनिव्हर्सिटीज आहेत.

१. बाबा गुलाम शाह बादशाह युनिव्हर्सिटी.

२. नॅशनल इन्स्टिटट्यूट ऑफ टेक्नॉलॉजी (एनआयटी) श्रीनगर.

३. शेर-ए-काश्मीर इन्स्टिटट्यूट ऑफ मेडिकल सायन्सेस,

४. शेर-ए-काश्मीर युनिव्हर्सिटी ऑफ ॲग्रिकल्चरल सायन्स ॲन्ड टेक्नॉलॉजी

५. श्री माता वैष्णो देवी युनिव्हर्सिटी

६. जम्मू युनिव्हर्सिटी

७. काश्मीर युनिव्हर्सिटी.

त्याच बरोबर आर्किटेक्चर आयुर्वेदिक युनानी, मेडिकल, इंजिनियरिंग, फार्मसी, व्हेटरनरी, बायोटेक्नॉलॉजी, कॉम्प्युटर, आयटी, डेंटल, लॉ, मॅनेजमेंट, मास कम्युनिकेशन इत्यादी विषयांच्या शिक्षणासाठी पुष्कळ संख्येने महाविद्यालये नव्याने उघडण्यात आलेली आहेत.

साहित्य, संगीत, नाट्य आदी ललित कलांच्या विकासाचेही प्रयत्न होत असून भारतीय साहित्य अकादमी व संगीत-नाटक-अकादमीच्या शाखा राज्यात काम करीत आहेत. नव्या काळानुरूप काश्मीरही प्रगती करीत आहे.

★★

८.

काश्मीरी लोकसाहित्य

काश्मिरी लोकसाहित्याचे भांडार अत्यंत समृद्ध आहे. लोकसाहित्यामधून त्या त्या प्रदेशातील लोकभावना, लोकाचार आणि लोकस्थिती यांचे दर्शन घडते. काश्मिरी लोकसाहित्यामध्ये विविध तऱ्हेची गाणी, कथा भरपूर आहेत.

सुभाषितासारख्या काव्याची ही थोडी वानगी -

१

सिर्यस ह्युह न प्रकाशकुने ।
गंगि ह्युह न तीर्थ कांह ।।
भायिस ह्युह न बांधव कुने ।
रनि ह्युह स्वख कांह ।।
अछिन ह्युह न प्रकाश कुने ।
खनि ह्युह न स्वख कांह ।।
मयस ह्युह न प्रकाश कुने ।
पयस ह्युह न तीर्थ कांह ।।

- सूर्यासारखा प्रकाश कोठेही नाही, गंगेसारखे तीर्थ कोठेही नाही. भावासारखा बांधव कोठेही नाही. स्त्री सुखासारखे सुख कोठेही नाही. डोळ्यांसारखा प्रकाश कोठेही नाही, फाटक्या रजईसारखे सुख कशातही नाही!

ज्ञानासारखा प्रकाश कोठेही नाही, शिवदर्शनासारखे तीर्थ कोठेही नाही!

२

दमी डीठम नद वहवनी
दमी ड्यूठुम नत तार।
दमी डीठम थर फूलननी

दमी ड्यूठुम नत खाद ।।

- कधी पाहिले की नदी वाहती आहे, तर कधी पाहिले की तिथे ना नदी
ना पूल! कधी पाहिले की लता-फुलांनी बहरलेली आहे, तर कधी पाहिले की
तिथे ना फूल ना काटे!

३

स्वरदरस ना लवि साहिल,
ना तथ सुम तथ तार ।
पर कर पाद परवाज तुल,
वुनि छय सुल त छांडुन यार ।।

- समुद्राचा किनारा नजरेत नाही, ना त्यावर पूल, ना त्याचा पाट, पण
जर पार जायचे असेल तर आपले पंख आपणच पैदा करा नि सकाळ आहे
तोवरच प्रियाला शोधा!

बाळगाणी

१

काश्मिरी मुलं एक खेळ खेळतात. आपआपले तळहात बोटांवर उभे
ठेवतात. एकजण प्रत्येकाच्या हाताला बोटाने स्पर्श करीत गातो. ज्या मुलाच्या
हाताशी गाणे संपते त्याने आपला तळहात मागे लपववायचा. असं करता करता
शेवटी एकच हात ज्याचा राहतो, त्याच्यावर राज्य येते. गडी निवडण्याचा हा
काश्मिरी मुलांचा मंत्रच -

हुकुस बकुस
तेली वम् चकुस
ओनुम् बतुक लोटुम देग्यि
शाल किच किच वांगनो
ब्रिमिज हारस पूँयं छोकुम
ब्रिमिज बेन्ये टेकिस ढ्यखा!

- तो कोण आहे? मी कोण आहे? आणि सांग बघू तू कोण आहेस?
मी माझ्यासाठी पातेल्यात बदक शिजायला घातले आहे. तू मात्र फक्त वांगीच
खा. मी आषाढ महिन्यात 'ब्रिमिज' वृक्षावर पाणी शिंपडले आहे. ब्रिमिज माझी
बहीण आहे. तिच्या मस्तकावर मी कुंकमतिलक लावतो.

२

काश्मिरी मुली फुगडी खेळतात आणि फुगडी खेळताना गातात-

दोह पँश ल्वकचार

हक चय् चय्...

- बाळपण क्षणभंगुर आहे. परमात्मा अमर आहे.

मुस्लीम समाज काश्मीरमध्ये बहुसंख्य आहे. त्यामुळे उर्दू भाषाही चालते. मुले गोल करून बसतात नि टाळी वाजवत म्हणतात-

अटकन क्या मटकन

गोरी खेलती शिकार

कौवा मारता पुकार

शहेनशहा की बेटी

गाँव गाँव को रोती

गाँव गाँव का फेरा

मोतीचूर का डेरा!

काश्मिरी म्हणी

नाव योद त नस्ति जोद।

- **नाव सोनुबाई, हाती कथलाचा वाळा.**

शाल चलिथ, बठयन लोरि।

- **चिमण्यांनी शेत खाल्ले, मागाहून पस्तावा कशाला?**

पान हारून त पूडर मारून।

- **आपण हारली नि सुनेला मारली.**

अछिन न गाश, नाव छुस सिर्य प्रकाश ।

- **डोळ्याने आंधळा, नाव नयनसुख.**

नच हा त आंगुन छुम छोट ।

- **नाचायला येईना, अंगण वाकडे.**

काश्मिरी लोककथा

चष्मा

फार फार प्राचीन काळची गोष्ट आहे. त्या काळी काश्मीरची भूमी आजच्यासारखी हसरी हसरी नव्हती. हिरवी हिरवी नव्हती. तर होती रुक्ष, ओसाड दु:खीकष्टी.

श्रीनगर मोठं गाव, तिथून थोडं लांब छोटं गाव. त्या छोट्या गावाचं नाव

होतं खरू!

खरू गावचे लोक करायचे कृषी. राहत होता तिथं एक मोठा ऋषी.

खरू गाव चांगलं, लोक तिथले चांगले, पण खरू गावात नव्हतं मुळीसुद्धा पाणी. पाण्याविना लोकांचे हाल हाल व्हायचे. मग ऋषी काय करायचा? नाल्याचे पाणी घरोघर नेऊन द्यायचा. त्याला लोकांचे दुःख पाहून वाईट वाटायचे. तो आपली गावची सेवा करायचा. त्याची आपली ही तपःश्चर्याच!

पण नाला होता लांब. करंगळीसारखा बारीक. त्यालाही पाणी बेताचं आणि गावात घरं तर एक हजार एकशे! कधी पाणी पुरायचं, कधी पुरायचंच नाही. ऋषीला फार फार कष्ट पडायचे.

एकदा उन्हाळ्यात तर नाला पार आटून गेला. सुकून गेला. कोरडा ठणठणीत पडला!

काय करावे? ऋषी फारच दुःखी झाला. गावच्या लोकांचे हाल तर बघवेनात.

ऋषी उठला. ज्वालाजीच्या मंदिरात गेला. दुर्गादेवीची पूजा केली. मनोमन प्रार्थना केली. घोर तप आरंभले. एके दिवशी दुर्गामाता प्रसन्न झाली. प्रकट होऊन म्हणाली, "मुला, काय म्हणतोस?" ऋषीने वंदन करून म्हटले, "माते, जगत्जननी! तू तर प्रत्येकाचे मन जाणतेस. या गावातले लोक पाण्याविना तडफडताहेत. पाणी पाणी करताहेत. त्यांना पाणी दे! त्यांची तहान शमव!"

देवी म्हणाली, "जवळच्या कुरणात - (मर्ग)-जा. मोहोरीची फुलं घे. ती फुलं गंगाबल सरोवरात टाकून दे. पण परत येताना मागे वळून पाहू नकोस. कुठे थोडा थांबू नकोस. जर असं सरळ येशील तर गंगाबलची गंगा तुझ्या पाठोपाठ खरूपर्यंत येईल. पण लक्षात ठेव, मागं वळून पाहू नकोस. कुठे थोडा थांबू नकोस!"

एवढे सांगून दुर्गादेवी अंतर्धान पावली. कैलास पर्वतावर निघून गेली.

दुसऱ्या दिवशी ऋषी उठला. जवळच्या 'मर्ग'मध्ये गेला. मोहरीची फुलं घेतली. एका रुमालात ठेवली. तसाच गेला आणि गंगाबल सरोवराला अर्पण केली. तसाच परत फिरला. मागं न पाहता चालू लागला.

मागाहून पाण्याचा खळखळाट ऐकू येऊ लागला. लाटांचा आवाज होऊ लागला. रस्ता डोंगराळ होता.

ऋषी पुढे पुढे चालला. पाण्याचा प्रवाह त्याच्या मागे मागे चालला.

वाटेत होते काही असूर. त्यांनी हे दृश्य पाहिले. तशी त्यांच्या तळपायाची आग मस्तकाला पोचली. लोकांचे भले त्यांना कसे पाहावेल! त्यांनी संतापाने

ऋषीच्या पाठीवर प्रहार करायला सुरुवात केली. पुष्कळ मारले, पिटले, पण ऋषीने मागे वळून पाहिले नाही.

असूर मग आणखीनच चिडले. एकाने तर गांधील माशीचे रूप घेतले आणि ऋषीच्या कानाला कडकडून डसला. इतक्या जोराने डसला, की ऋषीला वेदना सहन झाल्या नाहीत. त्याने झटकन मागे वळून पाहिले.

मागे वळून पाहिले तशी एवढ्या लांबवर आलेली गंगा एकदम परतली. ऋषीला फार फार दु:ख झाले!

त्याने परत तप आरंभिले. खडतर तप केले. एके दिवशी परत दुर्गादेवी प्रकट झाली. म्हणाली, "तू काही गंगेला आणू शकला नाहीस. आता असं कर, मोहोरीची फुलं ज्या रुमालात ठेवली होतीस तो रुमाल जिथं जिथं पसरशील तिथं तिथं पाण्याचा सुंदर चष्मा-झरा तयार होईल."

एवढे सांगून देवी कैलास पर्वतावर निघून गेली.

ऋषी उठला. साऱ्या काश्मीरभर फिरला. जागोजागी रुमाल पसरीत गेला. जागोजागी झुळझुळते 'चष्मे'-झरे-निर्माण झाले.

अशा प्रकारे रुक्ष-ओसाड भूमीवर पाणीच पाणी झाले. काश्मीरची भूमी हिरवीगार बनली!

९.

संभाषण

काश्मिरी भाषेतील काही प्रथम परिचयात्मक वाक्ये देवनागरीत येथे दिली आहेत. एखाद्या काश्मिरी माणसाशी प्रारंभी बोलण्यासाठी आणि काश्मिरी भाषेचाही अल्पसा परिचय होण्यासाठी याचा उपयोग होईल.

मराठी	- काश्मिरी
नमस्कार	- नमस्कार
आपले नाव काय?	- तुहुन्द नाव क्या छुह ?
माझे नाव करणसिंग.	- म्यह छुह नाव करणसिंग ।
आपले आडनाव काय?	- तुहुन्ज जाथ क्या छह ?
आपल्या वडिलांचे नाव काय?	- तुहन्दिस पिताजी यस क्या छुह नाव ?
आपण राहता कुठे?	- तुह्य कति छिवु रोजान?
मी पहलगामला राहतो.	- अस्य छिह पहलगाम रोजान।
आपला संपूर्ण पत्ता सांगा.	- तुह्य वनिव पनुन पूर पता?
लिहून घ्या.	- लिखिव ।
आपण कोठून येत आहात?	- तुह्य कति प्यठ आवु ?
मी सरळ दिल्लीहून येत आहे	- बह आस स्योद दिल्ली प्यठ'।
आपण कोठे जाणार आहात?	- व्वन्य कोन गछिव तुह्य ।
मी जम्मूला जाईन.	- बह गछ व्वन्य जम्मू ।
तिथे आपले कोणी नातेवाईक आहेत काय?	- बह तुहि छा तति केंह रिश्तदार ?
माझ्या नात्यागोत्याची माणसे तिथे आहेत.	- म्यानि रिश्तक्य लूख छिह नति स्यठाह ।

तिथं माझे काही मित्रही आहेत.	- तति छि म्यान्य केंह दोस्तति।
ठीक आहे.	- ठीक छुह।
बसा. इथे असे आरामाने बसा.	- बिहिव. यतिराम सान बिहिव.
तुमची प्रकृती कशी आहे?	- तुहुंज तबियत किछ छह ?
माझी प्रकृती ठीक आहे.	- म्यान्य तबियत ति छि ठीक।
हे काय केलेस?	- यि क्याह कोरुय ?
इथून बाजार किती लांब आहे?	- बाजार कूत् दूर छु येति प्यॅठुँ
बराच दूर आहे.	- स्येठ दूर।
वाट दाखव.	- वथ हाव।
ही वस्तू कुठे मिळेल?	- यि चीज कति मेली ?
बाजारात मिळेल.	- बाज़ार मंज़ मेलि।
किती पेसे झाले?	- कृत्य पाँसु वात्य् ?
माझ्याजवळ मोड नाही.	- फुटॅवोट् छुमन।
ह्या शहराचे नाव काय?	- यथ् शहरस् क्याह छु नाव ?
ह्या शहराचे नाव श्रीनगर.	- यथ शहरस् छु नाव श्रीनगर।
ही बस कुठे जाते?	- यि बस् कोत छे गछान?
तुमचे शिक्षण किती झाले आहे?	- त्वहि कोताह छुव पोरमुत ?
मी पदवीधर आहे.	- बुॅ छुस् ग्रजवेठ।
येथे हॉटेल कुठे आहे?	- होटल क्याति छु येति ?
पुढच्या नाक्यावर आहे.	- हुत् अन्दस् कुन।
मला थोडे पाणी प्यायला देता का?	- त्रेशि गोला बन्या ?
हो, हो. अवश्य.	- क्याजि नुॅ...जरूर।
मी फिरायला जात आहे.	- सालस् छुस् द्रामुन।
माझे आपणापाशी थोडे काम आहे.	- मे आस् त्वहि सूत्य कामि रछा।
काय काम आहे?	- क्या कामि हिश् ?
चहा घ्या.	- चाय् चे।

★★

१०.
काश्मीर गीत

यह कश्मीर हमारा है,
ब्रह्मा ने धरती को रच-रच
कैसे स्वर्ग उतारा है।

गिरिवर की गोदी में पलता,
मलयानिल दुलराता है,
भारत माता के हाथों हररोज
संवारा जाता है।

कल-कल, छल-छल नदियां चंचल,
झरने झर-झर झरते है,
आने-जाने वालों के मन,
अनायास ही हरते है।

बन-बागीचों की मत पूछो
सभी ओर हरियाली है,
यहां निशात बाग की शोभा
सचमुच बडी निराली है।

फल-फूल लता से वृक्ष लदे
स्वागत में शीश झुकाते,
बन-जीवों की चहल-पहल है
पक्षी चहक-चहक गाते ।

जीनेवाले मेहनत के बल
लोग बहुत भोले-भाले,
खेतों से सोना उपजाते,
और हाथ से शाल-दुशाले ।
यह है डल की झाल-मनोहर,
इससे कितना अपनापन,
नावों पर घर तिरते-फिरते
दृश्य देख लो मनभावन ।